NGUYỄN ĐÌNH BỔN

KIỀU

Tập truyện ngắn

NXB Sống - 2014

KIỀU
Tập truyện ngắn
Tác giả: Nguyễn Đình Bổn
NXB SỐNG xuất bản tại Hoa Kỳ, 2014
Bìa và trình bày: Uyên Nguyên
ISBN: 978-1-941848-04-3

© Nhà xuất bản Sống và tác giả giữ bản quyền.

KIỀU

Trong miền ký ức u buồn,
Còn nghe tiếng vọng những hồn oan xưa!

Tuấn nói: "Lát nữa sẽ có người mời anh em mình đi cà phê. Một cô gái chắc chắn sẽ làm hai anh ngạc nhiên." Dũng hồ hởi: "Vậy hả. Nghe hồi hộp quá. Gái đẹp hả?"

"Bạn thằng Tuấn đứa nào không đẹp", anh nhìn Dũng, cười khì khì.

Tám giờ tối. Trung tâm Cần Thơ vẫn khá yên bình. Không có những dòng xe máy lao ào ạt giống những đàn linh dương di cư trên thảo nguyên châu Phi như tại Sài Gòn. Anh, Tuấn và Dũng đang trong một chuyến đi "tùy hứng" khi muốn trốn cái không khí ngột ngạt tại cái thành phố gần 10 triệu dân mà mình đang sống. Tuấn, một nhạc sĩ đang nổi danh. Dũng cũng được biết đến nhiều như một nhà thơ cách tân chỉ có anh là viết lách lai rai. Tuấn lại còn khá trẻ, đang độc thân, ăn nói hoạt bát, kiến thức khá rộng nên giống như một thỏi nam châm trước các em chân ngắn, chân dài...

Điện thoại Tuấn nhấp nháy tín hiệu. Hắn nói: "Rồi, giờ anh em mình đi". Họ ra trước cổng khách sạn bắt taxi. Cảm giác của anh thật dễ chịu. Ngay cả taxi ở đây cũng nhanh chóng. "Cà phê Thủy Mộc nha anh", Tuấn nói với người lái xe, và không cần nói địa chỉ, chiếc xe êm ái lăn bánh.

Thành phố nhỏ nên taxi chỉ chạy vài cây số là đến. Đó là một quán cà phê dạng vừa sân vườn vừa máy lạnh mà Sài Gòn có rất nhiều. Tuấn nói: "Mình vô trước đi, 'cô em' đi xe máy từ Bình Thủy xuống nên chưa tới đâu."

Họ chọn một cái bàn ngoài sân. Anh tiếp tục kêu cà phê. Ly cà phê thứ năm hay thứ sáu gì đó trong ngày. Đêm nay có mất ngủ cũng không sao. Với anh, Cần Thơ có rất nhiều kỷ niệm... Cà phê khá ngon, nhạc Lê Uyên Phương. Quả là một đêm để thư giãn tuyệt vời. Một đêm của những năm trước, cũng tại thành phố này...

"Đến rồi đây!" Tiếng của Tuấn lôi anh trở về thực tại. Một cô gái chạy xe gắn máy từ cổng vào chỗ gửi xe. Tuấn lịch sự rời khỏi ghế ra đón bạn. Cô gái có vóc dáng thanh mảnh đang cởi bỏ nón bảo hiểm, khẩu trang chống bụi. Khoảng sân thiếu ánh đèn nên không nhìn rõ mặt nhưng khi cô quay lại, cùng Tuấn bước vào anh bỗng nghe như có một luồng điện chạy dọc theo người. Bất chợt anh đưa tay vịn thành ghế và vin vào sức mạnh đó đứng lên. Cô gái đã lên tiếng: "Em chào hai anh!" Dũng nhanh miệng: "Chào em, em đẹp quá." Anh cũng gật đầu nói khá nhỏ: "Chào em".

Họ ngồi xuống. Cô gái kêu một ly sinh tố mãng cầu. Giờ thì anh mới kín đáo quan sát cô. Khuôn mặt không giống lắm nhưng mũi, cằm và dáng người thì y hệt. Đã ba mươi năm, không hiểu vì sao anh không thể quên...

"Đây là Kiều! Em gái miền Tây của em." Tuấn hài hước giới thiệu. Kiều! Lại một lần nữa anh bàng hoàng. Một sự trùng hợp ngẫu nhiên lạ lùng. Người con gái ấy, người con gái ba mươi năm ám ảnh anh bằng hình dáng đó cũng tên Kiều. Anh hỏi, giọng hơi run: "Em là... gì Kiều?." Cô gái cười tươi: "Dạ Ngọc Kiều." Anh thở ra, giờ thì không có sự trùng hợp nữa, vì ngày xưa, cô tên là Thục Kiều!

*

Đó là những ngày cuối cùng của thời học sinh. Anh ở trọ tại một thị trấn nhỏ để học trung học. Kiều ngồi ngay trước bàn anh. Cô là người Hoa, gia đình buôn bán trong thị tứ. Ngay từ năm lớp 11 họ đã thân nhau, Kiều có nước da trắng đặc trưng của các cô gái gốc Hoa sống ở chợ. Nhưng cô lại một dáng người thanh mảnh và đôi mắt khá to, hơi buồn. Anh học giỏi nhưng lười. Kiều chăm chỉ và rất thích môn Anh văn.

Sau mấy đợt "đánh tư sản" Kiều đi học vẫn mang giày sandal và mặc áo sơ mi bằng vải KT trắng. Hồi đó đang thời kỳ cả nước đều đói rách vì những "ngụy sách" ngu đần nên không có chuyện đồng phục. Anh chỉ có hai bộ đồ vải sản xuất trong nước, chân mang dép mủ.

Nói là ở trọ chứ thật ra anh và hai người bạn đồng cảnh ngộ được một gia đình tốt bụng cho ở không lấy tiền tại một căn nhà nhỏ mà họ bỏ không, cách thị trấn chừng một cây số. Mười tám tuổi, anh vẫn cảm nhận cái không khí ngột ngạt quanh mình và những buổi lên lớp tẻ nhạt vì luôn phải đối mặt với những lời giáo huấn xảo trá của cái gọi là hệ thống giáo dục xã hội chủ nghĩa.

Thị trấn nơi anh trọ học hoang tàn với những căn nhà phố chợ không được tu sửa, những mái tôn rách nát đìu hiu và cây cầu nhỏ bắt qua sông chỉ còn trơ lại cốt sắt nhưng người ta vẫn phải liều mạng đi qua vì sợ tốn tiền đò. Cạnh chân cầu là nhà Thục Kiều, nơi có những chiều Chủ Nhật, chàng trai mười tám tuổi lại ra đó ngồi chỉ để chờ nhìn cô bạn gái tình cờ xuống bến sông.

Đó không phải là mối tình học trò đầu tiên của anh. Hình như cái nòi tình phát triển trong những tâm hồn nhạy cảm rất sớm, nhưng chuyện của anh và Thục Kiều không chỉ êm đềm lãng mạn, nó còn mang một dư vị cay đắng mà ngay từ thời non trẻ ấy anh đã biết ai là người tạo ra những mối hận tử biệt sinh ly của cả một lớp người...

Dũng vỗ vai anh: "Sao ngồi chết trân vậy? Bị người đẹp hớp hồn hả?." Tỉnh mộng, anh nhìn Kiều: "Ừ, bị hớp hồn thiệt rồi. Ngày xưa bạn gái anh cũng có tên giống em."

Cô gái cười, bàn tay nhỏ có những chiếc móng chăm sóc kỹ, khuấy nhẹ ly nước. Có lẽ cô nghĩ anh nói chơi, hoặc là một cách tán tỉnh cô. Anh vẫn nhớ cái lần đầu anh nắm tay Thục Kiều là ngày thứ Năm. Trưa đó gần giờ tan học, cô nói nhỏ: "Chiều ba giờ đi học thêm ha!" Anh ngạc nhiên: "Ủa, chiều nay nghỉ mà, đâu có...", nhưng rồi như chợt hiểu anh vội vàng: "Ừ, chiều tui đến chờ Kiều từ hai giờ rưỡi" "Xạo quá!" Cô cười khúc khích.

Đang những ngày sắp thi tốt nghiệp phổ thông, cả khối 12 phải học thêm 3 buổi một tuần nhưng không phải chiều thứ năm. Lòng anh tràn ngập một cảm giác hạnh phúc. Đó chính là lời hò hẹn đầu tiên mà anh chưa dám nói và nó lại bất ngờ được cô nói ra.

Mới hơn hai giờ anh đã đến, cầm theo cuốn tập. Chiều đó cả trường được nghỉ. Anh đứng trước cửa lớp của mình nhìn những cây phượng ra hoa đỏ rực, lòng xốn xang. Chưa đến ba giờ, anh nhìn thấy cô đến, cũng cầm trên tay một cuốn tập nhưng mặc một bộ đồ "xẩm" màu xanh sậm có in hoa lộ ra hai cánh tay tròn và trắng ngần.

Sân trường vắng ngắt. Khi Thục Kiều đến gần, anh nghe cô nói nhỏ: "Đến sớm hen!" Má cô đỏ bừng, có lẽ vì nắng và mắc cỡ. Họ đi vào lớp, ngồi vào cái bàn của Kiều. Không ai nói với ai lời nào. Bàn tay cô cuốn tròn cuốn tập, không dám nhìn anh. Thật lâu, cô nói: "Chắc Kiều không thi tốt nghiệp đâu!" Anh giật mình: "Không thi? Sao vậy? Chỉ còn một tháng nữa mà." "Ừ, không thi. Thi đậu cũng đâu làm gì được. Nguyên thấy anh Công không. Ảnh đâu được thi đại học, số phận Kiều cũng vậy!"

Anh chợt hiểu. Công là anh ruột Kiều. Học hơn anh hai lớp. Công học giỏi thuộc loại nhất trường nhưng sau khi đậu tốt nghiệp lại bị cấm thi đại học chỉ vì gia đình là người Hoa. Bất chợt anh nắm tay cô. Bàn tay Kiều run nhẹ một cái rồi để yên. Anh cảm giác tay cô thật ẩm ướt và tay mình cũng vậy.

Đến bây giờ anh vẫn còn cảm nhận cái mềm mại của bàn tay nhỏ nhắn run rẩy đó. Họ cứ ngồi yên, cùng nhìn ra phía sân trường nơi nắng mùa hè vẫn còn chói chang rồi nhạt dần. Có cảm giác thời gian trôi qua mà không hiện hữu. Rồi cô rút tay ra, má vẫn còn ửng đỏ: "Kiều về đây. Nói vậy chứ chưa nghỉ học đâu, cho Nguyên cây viết này nè!" Cô lấy ra cây viết paker trao cho anh, nói thêm: "Anh Công cho Kiều trước khi đi, giờ cho Nguyên." Anh lặng lẽ nhận cây viết, không nói gì, cũng không hỏi Công đã đi đâu...

Buổi cà phê có vẻ đã kết thúc. Tuấn kêu tính tiền. Họ còn hẹn đi ăn ở đâu đó. Anh thoái thác, nói không khỏe và muốn về khách sạn. Hai người bạn và cô gái trẻ nhìn anh ái ngại, Tuấn đề nghị đưa anh về, nhưng anh cười, trấn an: "Không sao mà, nhức đầu chút thôi, lát hết."

Trên xe anh hỏi người lái taxi: "Giờ mà đi thị trấn G. bao nhiêu tiền hả em?" "Anh muốn đến đó giờ này sao? Xa mà!" Anh cười: "Hỏi chơi thôi, cho anh về khách sạn H."

Sau cái lần nắm tay nhau trong buổi chiều chỉ có hai đứa, Thục Kiều bỗng thân thiết với anh một cách dạn dĩ trước những ánh mắt ganh tỵ của bạn bè vì trong lớp Kiều là người đẹp nhất, học cũng giỏi. Thế nhưng chỉ có một mình anh biết và một mình anh lo sợ khi ngày thi tốt nghiệp đã gần kề. Anh vẫn cố học vì dù sao sau 12 năm mà thi rớt chắc cũng ê chề.

Giữa tháng năm, mưa đã bắt đầu rơi xóa dần cái không khí nóng bức mùa hè nhưng lòng anh ngổn ngang trăm ngàn cảm giác. Năm học sắp sửa kết thúc. Một chiều thứ bảy đang ngồi nhà một mình với cuốn bài tập toán, anh nghe tiếng ai kêu tên mình từ ngoài đường. Tiếng của Kiều! Tim anh đập rộn ràng. Sao cô lại đến đây? Anh vội vàng chụp lấy cái quần dài mặc vào rồi chạy ra sân. Thục Kiều đứng đó, trên tay là một bịch sơri chín đỏ. Cô cười: "Đến thăm Nguyên, được hôn?"

Anh sững sờ nhìn cô. Hôm nay Kiều mặc một bộ đồ ở nhà màu kem trông rất lạ, như thể cô đã bước qua lứa tuổi học trò, trở thành một cô gái xinh đẹp đã trưởng thành. Anh ấp úng: "Ừ, Kiều vô đi, Nguyên ở nhà có một mình." Căn nhà anh trọ trống hoác. Chỉ có một chiếc giường vứt đầy sách vở, không có ghế.

"Kiều ngồi xuống đây đi!", anh nói và ngồi xuống ở một đầu giường. Cô ngồi xuống, thật gần bên anh, mở bịch sơri ra, lấy gói muối ớt, nói: "Nguyên ăn với Kiều, Nguyên cầm muối."

Anh để gói muối trong lòng bàn tay, khi ngón tay cái và ngón trỏ nhỏ nhắn cầm trái sơ ri chạm vào anh nhẹ nhàng khép tay mình lại. Họ nhìn nhau thật lâu, thật lâu... Bỗng nhiên trong đôi mắt u buồn lăn ra từng dòng nước mắt trong vắt. Anh hốt hoảng: "Có chuyện gì vậy Kiều?." Cô bỗng bật khóc, buông bịch sơri, dựa hẳn vào anh: "Kiều sắp đi rồi! Kiều sắp bỏ Nguyên! Kiều chỉ nói điều này cho một mình Nguyên biết." Giây phút ấy anh thấy mình lóng ngóng, hụt hẫng. Lần đầu tiên anh choàng tay qua vai một cô gái. Họ lại ngồi im lặng thật lâu, rồi Kiều nói: "Nguyên ơi, người ta nói đi vượt biên sợ nhất là cướp biển Thái Lan, đúng không Nguyên?" "Ừ, Nguyên cũng nghe vậy. Tụi nó đón người dân mình ngoài biển, cướp vàng." "Kiều không sợ mất vàng, Kiều chỉ sợ..." Cô vẫn khóc, giấu cặp mắt đầy lệ vào vai anh.

Anh bàng hoàng. Đúng rồi. Một cô gái trẻ như Kiều khi rơi vào tay bọn cướp biển thì chúng đâu chỉ lấy vàng, chúng sẽ hảm hiếp cô. Anh rùng mình, ôm chặt lấy cô: "Đừng đi, Kiều ơi, đừng đi" "Không, Kiều không thể ở lại đất nước này, gia đình Kiều đã chung tiền. Sáng mai Kiều đi Rạch Giá, và tối..."

Bất chợt cô ôm chầm lấy anh, bàn tay quàng qua cổ, hôn như mưa trên gò má anh, cô nấc lên: "Nguyên ơi, người ta nói rằng những cô gái đồng trinh khi chết sẽ không siêu thoát. Kiều sợ, Kiều sợ lắm."

Phải mấy năm sau anh mới hiểu câu nói đó của cô. Nhưng buổi chiều hôm đó anh chỉ biết ôm cô vào lòng, cùng khóc với cô, không hề có một hành động xác thịt nào, ngay cả nụ hôn môi cũng không... cho đến khi nắng tắt...

Ngay hôm sau, chỉ có anh biết trước là Kiều sẽ biến mất. Trường lớp xôn xao vài ngày rồi cũng thôi.

Mới đó mà đã ba mươi năm hả Kiều?

TRÒ CHƠI

Ở Sài Gòn, anh ngại nhất là đi đám cưới ở các nhà hàng. Với anh đó là nơi trưng bày thô thiển nhất về sự phù phiếm, thô tục, ồn ào và mất thời gian. Chính vì vậy, một khi có thể từ chối hay trốn tránh là anh làm ngay. Hoặc là anh "nhường" cho vợ, dù anh biết nàng đôi khi cũng rất miễn cưỡng.

Hôm nay là một buổi tối như vậy. Thế nhưng đứa con gái bé nhỏ của anh không thể đi theo mẹ vì còn quá bé. Nó vừa qua sinh nhật lần thứ ba. Và nó cũng không chịu ở nhà một khi mẹ ra đi. Vậy là anh đành chọn giải pháp đưa con đi chơi trong lúc nàng một thân một mình đi đến "cái chốn phù phiếm và thô tục" đó.

- Con muốn đi đâu? Anh hỏi con bé khi đã đặt nó lên phía trước của yên xe máy.

- Con thích đi thú nhún, với lại đi câu cá nữa!

Xe chạy ra khỏi hẻm hòa vào con đường lớn, hòa vào tiếng động đinh tai nhức óc của muôn loại kèn xe, thế nhưng con bé lại rất phấn khích. Nó bi bô hát, có lẽ vui mừng vì được ba đưa đi chơi, một điều khá hiếm hoi.

Cách nhà anh khoảng hơn cây số có một khu vui chơi và anh chạy xe đến đó. Đó là một công viên nhỏ, được chính quyền "trưng dụng" để cho người ta thuê làm dịch vụ phục vụ trẻ em bằng các trò chơi đơn giản, rẻ tiền. Khu vui chơi khá đông đúc, ồn ào. Một quầy bán vé hình lục giác nằm trên lối đi. Anh tấp xe vào bên hông, cạnh một chiếc ghế đá trống, khóa xe và vào mua cho con hai vé thú nhún và một vé "câu cá."

Đặt con bé vào con thú có hình con công, cho "đồng tiền" vào máy, bấm nút, anh vừa canh chừng con vừa canh chừng xe. Sau khi đi hết hai vòng "thú nhún" anh dắt con qua chỗ câu cá cũng gần đó. Trò chơi này khá đơn giản với một cái hồ bằng nhựa tròn, đường kính khoảng 1m5, trong chứa đầy nước và những con cá, tôm, cua... bằng nhựa. Mỗi đứa bé tham gia trò chơi sẽ được phát một cần câu cũng bằng nhựa, cuối dây câu có một thỏi nam châm và một cái rổ. Khi quăng dây câu xuống nước, các thỏi nam châm này sẽ hút vào các thỏi nam châm gắn trên miệng cá và các bé sẽ nhấc nó lên, gỡ cá bỏ vào rổ. Chỉ vậy thôi nhưng các cô cậu bé cỡ tuổi con anh, hoặc lớn hơn chút cũng rất hào hứng với cuộc chơi.

Thấy con đã an toàn ngồi chắc trên ghế câu, anh yên tâm bước lại gần ghế đá, lơ đãng ngắm nhìn xung quanh. Không xa chỗ anh là các trò chơi khác cũng khá nhộn nhịp. Một vòng đu quay, một vòng đua ngựa gỗ và xa hơn chút là trò xe lửa chạy trên đường ray sắt.

Anh nhìn thấy khá đông những người "đồng cảnh ngộ" như mình. Trên một "toa tàu", một người cha trẻ mặc áo màu sáng ngồi với một cậu con trai, phía sau là một thiếu phụ mặc áo khoác sẫm màu cùng với cô con gái. Bỗng anh nghe những tiếng sầm ập như tiếng chân chạy vội và nhìn ra xa hơn. Gần sát mép đường, ngoài khuôn viên của công viên nhỏ các người buôn bán bất hợp pháp trên lề đường đang gom hàng giấu vào đằng sau các bức tường thấp. Có lẽ họ vừa nhận tín hiệu sẽ có lực lượng công an trật tự sắp đến. Cả một lề đường dài bị lấn chiếm bán mũ bảo hiểm và các loại giấy kiếng dán xe, dán điện thoại di động... đã nhanh chóng được dọn sạch...

Ngay lúc đó có một cô gái mặc áo công nhân màu xanh từ bên ngoài đi vào chăm chú nhìn anh. Hơi ngạc nhiên, anh ngước nhìn thì cô lảng đi. Cô gái còn khá trẻ, cỡ chừng 22, 23 tuổi, thân hình khá đầy đặn. Cô đến cách anh chừng 3m và ngồi xuống trên bậc thềm của bồn hoa. Một lát anh thấy cô lấy ra một chiếc điện thoại cũ và bắt đầu nhắn tin. Anh mỉm cười vì nghĩ chắc cô đang hẹn hò và đang nhắn cho bạn trai của mình. Cô ngồi quay lưng lại phía anh, mắt nhìn ra đường trông đợi...

Mấy phút sau điện thoại cô gái có tín hiệu tin nhắn mà âm thanh tút tút lớn đến nỗi anh nghe rất rõ. Cô gái đọc tin và nhoay nhoáy trả lời. Anh lại mỉm cười.

Bỗng dưng anh nhớ đến một thời rất xa của mình, thời anh trên dưới 20 tuổi. Hồi đó làm gì có điện thoại di động khi mà điện thoại bàn cũng là của hiếm. Đôi khi muốn gặp nhau phải hẹn hò, chờ đợi khá là vất vả. Thế nhưng nó lãng mạn. Nhưng đã là tình yêu thì thời nào mà không lãng mạn? Cô công nhân trước mặt anh đang náo nức chờ một chàng trai đến đón, hẹn hò với chiếc điện thoại di động trên tay cũng lãng mạn có kém chi thế hệ anh thuở xưa?

Một người đàn ông trạc tuổi anh chạy một chiếc tay ga từ ngoài vào, mắt đáo dát tìm. Ông ta đi một mình, có lẽ ông ta đến đón vợ con đang chơi ở đây? Người đàn ông ấy dừng lại gần quầy vé vào đưa tay vào túi quần móc ra chiếc điện thoại di động và bấm máy. Mấy giây sau anh nhìn thấy cô công nhân trẻ đang cầm máy của mình nhìn chăm chăm vào người đàn ông và tiến lại gần ông ta. Cô gái hỏi nhỏ, nhưng anh vẫn nghe:

- Anh là anh Thịnh?

- OK, em là Vy?

Cô gái khẽ khàng gật đầu. Người đàn ông đưa tay lấy chiếc mũ bảo hiểm cài sẵn trên móc xe, đưa cô gái. Ông ta hỏi, không cần thấp giọng:

- Em đi chơi được bao lâu?

Anh nghe tiếng cô gái loáng thoáng: "Một giờ. Anh trả em nhiêu?"

MỘT TRĂM
CỦA MỖI NGƯỜI

Ăn cắp, dù bất kỳ hình thức nào, cũng là một hành vi vô luân

Giữa một đống xô bồ hỗn loạn của một xã hội bước vào thời kỳ suy đồi cuối cùng, nhà văn A là một người thất bại. Anh có đủ sĩ diện để không nịnh nọt các tay viết báo hay biên tập viên giữ các mục sáng tác, văn hóa nên tác phẩm của anh gần như bị làm ngơ khi nó chuyển đến các tòa soạn. Nhưng anh lại không đủ đầu óc tỉnh táo để đi buôn, không đủ bằng cấp để xin làm ở các cơ quan, công ty, xí nghiệp và không đủ sức khỏe để làm phụ hồ, chạy xe ôm... nên cuối cùng nằm nhà, ăn bám bà chị ruột bằng việc chấp nhận sống trên tầng ba nóng bức của căn nhà mà hai chị em thừa kế từ cha mẹ đã mất. Ngoài ba mươi, A cũng đã có vài mối tình nhưng chẳng đi đến đâu, vì người anh thích thì không chịu lấy anh mà người chịu thì anh không muốn lấy!

Những năm này, kinh tế đảo điên, công việc kinh doanh của gia đình người chị cũng xuống dốc, hai vợ chồng họ thường to tiếng nên không khí của căn nhà chung rất ngột ngạt. A trốn suốt trong căn phòng của mình, thậm chí có bữa không muốn xuống ăn cơm, tạm lót lòng với mì gói nước sôi. Nhà bà chị có hai đứa con, đứa con gái lớn mười ba tuổi rất thương cậu, đi học về thường nhín tiền mua cà phê, thuốc lá và quét dọn căn phòng bừa bộn của một văn nhân thất chí!

Ở đời, khi cô đơn, quẫn bách con người lại ưa nghĩ ngợi. Đàn ông ba mươi tuổi dù có tâm hồn văn chương nhưng cái choán hết tâm trí A đôi lúc là sắc dục và tiền. Vậy nhưng như đã nói đây là kẻ chẳng hề biết kiếm tiền mà chỉ mơ mộng hão. Những ý nghĩ luôn có con đường đi xa thẳm trong hoang tưởng mà cực lạc cũng chỉ là cái chớp mắt cá nhân. Nằm trên chiếc nệm sờn rách, nhiều khi A mơ đến những tấm thân ngà ngọc, những lâu đài vương giả, những tiệc tùng xa hoa trong một xã hội mà A biết, đồng tiền chi phối tất cả. Nhưng làm sao có tiền mà không động đến tay chân trí não?

Một hôm đọc báo thấy dân số nước mình tăng vùn vụt, đâu chừng sẽ là một trăm triệu người trong nay mai, đầu A chợt lóe lên ý nghĩ: "Trời ơi, phải chi mình có thể lấy chỉ một trăm đồng của mỗi người trên đất nước này, thì mình sẽ có chừng... mười tỷ. Lúc đó thì sung sướng dường bao." Một trăm đồng của mỗi người? Đúng rồi, một trăm đồng gần như vô nghĩa, không ai có thể biết được mình mất một trăm đồng, mà nếu mất một trăm đồng thì cũng không ảnh hưởng gì đến túi tiền, chi tiêu, đời sống. Ôi, nhưng đó chỉ là chuyện của phép màu!

Dù biết chỉ là chuyện hoang đường, nhưng do vô công rỗi nghề nên A vẫn bị cái ý nghĩa kia cuốn hút. Cả ngày hôm đó anh tưởng tượng khi trong túi mình có mười tỷ thì mình sẽ làm gì đây? Đầu tiên là đãi bọn bạn ưa khinh bỉ cái nghèo của mình bằng một chầu long trời lở đất, có rượu bia như suối, có sơn hào hải vị và cả chân dài cho tụi nó sáng mắt ra. Sau đó sẽ làm gì nữa? À, sẽ mua một căn nhà nhỏ, riêng biệt, mua một máy tính xách tay đời mới để sáng tác và ngay lập tức in ba cuốn tiểu thuyết cho cái đám nhà văn từng coi thường mình biết mặt. Làm gì nữa? Ôi, lúc đó không biết liệu người trong mộng của mình còn nhớ lời tỏ tình ngày trước và nàng sẽ nghĩ lại hay không?

Thôi, dẹp mộng mơ, vét chút tiền còn lại đi uống cà phê cái đã!

A lang thang ra quán cà phê đầu hẻm. Những người bán vé số không buồn mời mọc vì đã quen mặt. Bỗng nhiên một ông lão râu bạc, đầu quấn khăn, tay chống gậy, nhìn rất cổ quái đi qua. Ông lão nhìn A và kéo ghế ngồi đối diện với anh. Vừa ngồi xuống, lão đã nói: "Cậu đang có một suy tư bí mật. Cậu có muốn tôi giúp không?." A giật mình. Lão này là ai, mà sao lại nói năng như nhà tiên tri. Hay đây là một tay thầy bói dạo, muốn kiếm tiền? "Tôi suy tư bí mật điều gì, và ông giúp bằng cách nào?." Ông lão cười khà khà, nhìn vào mắt A: "Lão biết hết tất cả. Cậu đang có một ước vọng lớn mà trên đời này chỉ có lão là giúp được." A hơi ngạc nhiên, dò hỏi: "Ông biết ước vọng của tôi? Vậy nó như thế nào?." Ông lão ghé tai A, thì thầm: "Ta biết ngươi đang có muốn có một số tiền lớn để thay đổi bản thân, chỉ cần 'một trăm của mỗi người', đúng không?"

Lần này thì A kinh hoàng thực sự, anh quơ tay đụng vào người ông lão để biết đó chắc chắn là một con người thực. Lão già cổ quái cười khà khà, bàn tay xương xẩu nắm tay A đau điếng: "Đúng phải không. Nhưng cái quan trọng là lão có thể giúp cậu hoàn thành sở nguyện." A lúng túng: "Nhưng ông... ông là ai?" "Ta là ai ư? Cứ cho ta là ông Bụt hay một nhà tiên tri, một phù thủy, một quỷ sứ... tùy ngươi muốn. Nhưng ta chắc chắn, ta sẽ giúp được ngươi!" "Bằng cách nào?" "Bằng chính cái cách mà cậu đã tưởng tượng ra, ăn cắp chỉ "một trăm đồng của mỗi người." "Ý tôi hỏi là ông sẽ làm điều đó bằng cách nào?" "À, điều này là hoàn toàn bí mật với nhà phép thuật. Cậu chỉ cần biết là ta làm được." "Làm thế nào để tôi tin ông?" "Chỉ cần cho ta số tài khoản của cậu, sau đêm nay, đầu tiên tại cái thành phố mười triệu dân này, mỗi người sẽ mất một trăm đồng, và như vậy cậu sẽ có một tỷ. Sau đó đến những địa phương khác" "Tôi vẫn không tin, ông có gì chứng minh không?" "Hãy lấy tiền ra từ cái túi rỗng của cậu, xem nó có bao nhiêu?."

A nhìn vào túi áo, nó đã cộm lên, anh móc ra, toàn là tiền mệnh giá lớn, mới cứng. Cứ nghĩ là mơ, A dùng tay còn lại ngắt dái tai mình, nhưng đó là thật. Ông lão nói: "Tin rồi chứ hả? Bây giờ thì những đồng tiền trên tay cậu sẽ biến mất, vì nó không phải đến từ túi tiền của ai."

Ngay lập tức những đồng tiền trên tay A biến mất như chưa từng có. Anh ngớ người, hoàn toàn choáng váng với thực tế đang diễn ra. Lão già lại nói: "Ta sắp đi, nếu muốn giàu có như ước mộng vừa qua, cậu hãy viết cho ta số tài khoản của mình."

Như bị thôi miên, A lấy bút trên túi áo, viết số tài khoản anh lập từ thời còn cộng tác tin xe cán chó với vài tờ báo mà đã lâu không dùng, đưa cho ông lão. Lão chống tay vào gậy, đứng lên. A hỏi thêm: "Nhưng nếu đó là sự thật thì ông có điều kiện gì cho tôi không? Và liệu như vậy thì có... sai trái gì không?"

Lão già bước đi, quay lại nói: "Ta không có điều kiện gì, số tiền đó có từ ý của ngươi. Còn có sai trái gì không thì ta không trả lời." Thoắt một cái, lão đã đi xa, A ngồi lại một mình, như kẻ đang mộng du.

Buổi chiều đó A cứ bị hình bóng lão già ám ảnh, anh nằm trên giường trong căn phòng nhỏ nóng bức, không muốn xuống ăn cơm với gia đình. Đứa cháu gái mười ba tuổi chạy lên lầu, lo lắng sờ trán cậu, hỏi: "Cậu ơi, cậu bệnh hả? Con mua thuốc cho cậu nha" nhưng A lắc đầu, đầu óc vẫn chìm trong mộng tưởng. Cô cháu sợ cậu đói, mang cơm lên tận phòng...

Cả đêm A thức trắng, chỉ mong trời mau sáng để xem phép thuật của lão già cổ quái kia linh nghiệm ra sao dù với chút tỉnh táo còn sót lại, A cho rằng đó chỉ là cơn hoang tưởng. Sáng ra cô cháu còn lo sợ nên trước khi đi học lên hỏi sức khỏe cậu, A trấn an, nói mình không sao.

Đúng tám giờ sáng, A ra ngân hàng nơi mình đăng ký tài khoản và suýt ngất xỉu khi nghe cô nhân viên ngân hàng thông báo, số tiền trong tài khoản của A tăng vọt lên gần một tỷ đồng. Cố trấn tỉnh, A lắp bắp: "Tôi... tôi có thể rút số tiền này ra bây giờ không?." Cô nhân viên ngân hàng gõ lộp cộp trên máy tính, sau đó thông báo: "Do tài khoản của quí khách tăng đột ngột và nơi chuyển đến chưa được xác minh, nên xin mời đầu giờ chiều quí khách quay lại, chúng tôi sẽ làm thủ tục để quí khách rút tiền."

A rời ngân hàng như đi trong cơn mơ. Vậy là ông già kia nói thật. Chắc ông ta là ông Bụt giữa thời loạn này. Và vậy là bước đầu anh đã có trong tài khoản gần một tỷ đồng. Tiền đó chỉ mấy tiếng đồng hồ nữa sẽ nằm trong túi anh, những dự định tiêu tiền rồi sẽ thành sự thật. Bạn bè rồi sẽ không còn nhìn anh với ánh mắt khinh khi, các cô gái sẽ thôi trốn tránh anh, bà chị sẽ hết cằn nhằn, những cuốn tiểu thuyết bìa cứng sẽ ra đời và... cuộc đời A rồi sẽ đổi thay từ đây!

A lang thang khắp thành phố vì nôn nao không muốn về nhà. Đúng 2 giờ chiều, anh quay lại ngân hàng. Cô nhân viên ngân hàng mỉm cười nhìn A trìu mến: "Chúng tôi đã xác minh, số tài khoản và tiền của quí khách hoàn toàn hợp lệ. Giờ quí khách cần rút ra bao nhiêu?."

Niềm vui như nổ tung trong đầu A. Anh lắp bắp: "Cho tôi rút, cho tôi rút..." Ngay lúc đó điện thoại trong túi A reo vang, A cầm điện thoại lên, thấy tên bà chị vội bật nghe. Tiếng bà chị gào khóc vang lên: "Cậu về liền đi, con bé Hai chết rồi cậu ơi!" Tưởng nghe lầm, A thảng thốt: "Chị nói gì, ai chết?" "Con bé Hai, nó dại dột, nó chết rồi, cậu về nhà ngay đi!"

A ù té chạy ra cửa trước con mắt ngạc nhiên của các nhân viên ngân hàng. Anh hộc tốc về nhà. Hàng xóm xúm đen trước cửa. Anh gạt ra, lao lên lầu nơi có tiếng khóc rền rĩ của người chị. Ngay tại phòng anh xác đứa cháu thân yêu đã được đem xuống đặt trên nền nhà, mặt cháu bé sưng phù vì thắt cổ. A như đổ gục xuống bên xác cháu, thều thào: "Vì sao cháu ơi, vì sao cháu lại làm điều này." Bà chị ngất lên ngất xuống trong đau đớn, đưa cho A một tờ giấy học trò: "Đây, cậu coi đi, nó làm mất tiền của lớp, chỉ có năm ngàn mà bị cô giáo, bạn bè nghi ngờ ăn cắp, nên nó mới dại dột như vầy, con ơi là con ơi... có năm ngàn sao phải chết con ơi!"

A lập bập đọc lá thư tuyệt mệnh của cháu gái. Nét chữ rõ ràng: *"Cháu là thủ quỹ, giữ tiền cho lớp, lớp cháu 50 bạn, sáng ra mất năm ngàn, cháu nói là mình không lấy nhưng các bạn và cả cô giáo cứ nghi ngờ, cháu phải chết để chứng minh mình trong sạch."*

"Trời ơi!" A gào to một tiếng. "Một trăm của mỗi người." Trời ơi! Anh lao ra ban công. Từ lầu ba cắm thẳng đầu xuống nền đất cứng!

Viết lại vào ngày 10.4.2013

ĐẢO HOA LAN

Mùa hè trước đây nhiều năm tôi đã cùng với ba người bạn ra chơi Côn Đảo. Không thể diễn tả hết những ấn tượng huy hoàng của tôi khi đến vùng đất còn hoang sơ này.

Mùa hè hình như cũng là mùa hoa nơi đây. Cũng là hoa phượng, bằng lăng, hoa giấy, bò cạp vàng... nhưng màu hoa ở hòn đảo giữa trùng khơi này đặc biệt rực rỡ như thể những hạt nắng phản chiếu ráng sớm ráng chiều trên biển đã kết tinh thành một thứ ánh sáng pha trộn giữa sắc thắm của hoa và nét dập dờn của sóng, làm chúng bật lên những sắc màu riêng biệt.

Nhưng trong thời gian đó, tôi nhận được điện thoại chia tay của nàng với rất nhiều nức nở qua sóng vệ tinh. Nàng bảo tôi đừng lập tức mua vé máy bay quay về thành phố bởi tất cả đã muộn và mong tôi tận hưởng những ngày nghỉ yên lành trong một không gian thuần khiết để có thể quên mối tình vốn biết trước sẽ không mang lại một cái kết có hậu của chúng tôi...

Cũng như vẻ đẹp của màu hoa trên đảo, nỗi đau tình phụ là không thể diễn tả bằng lời hay ngòi bút và có lẽ những người bạn tôi chỉ cảm nhận bằng trực giác, rằng tôi đang rất đỗi đau buồn, bằng chứng là trước chuyện đó tôi chỉ say mê xách máy ảnh đi chụp khắp nơi, từ bình minh đến hoàng hôn, từ hoa đến sóng biển, từ nhà tù cũ đến những con tàu mới.

Nhưng sau cái giây phút nhận được điện thoại của nàng, và có lẽ nàng đã hủy luôn cái sim quen thuộc, thì những chai rượu chúng tôi mang theo phần lớn chạy vào bao tử của tôi và hình như sau những cuộc nhậu với những món hải sản thượng thặng, có nhiều lần tôi đã ra đứng nhìn trùng khơi mà khóc!

Sau một tuần rồi chúng tôi cũng về đất liền. Máy bay vừa hạ xuống phi trường, ngay lập tức tôi đã bắt taxi tìm đến căn phòng trọ của nàng, nơi chúng tôi từng có những tháng ngày đắm chìm trong hạnh phúc. Nhưng đúng như tôi dự cảm và nàng tuyên bố, bà chủ nhà trọ nhìn tôi với ánh mắt thương hại, và báo cho tôi biết nàng đã dọn đi ba ngày trước. Dọn sạch tất cả, như thể nàng cần một tuyên bố mạnh mẽ về sự cắt đứt quá khứ của mình vì biết tôi sẽ tìm đến.

Thành phố mênh mông và có sức chứa hơn mười triệu con người, tìm em như thể tìm chim, mà không chừng em đã lên một con chim sắt, bay về một vùng trời diễm mộng nào đó, thôi cũng đành...!

Mấy năm đã trôi qua, không có một tín hiệu nào nhưng lòng tôi không hề nguôi gió bão, dù người xưa đã biền biệt. Rồi một đêm tôi nằm mơ thấy mình đang tung tăng nơi Côn Đảo, tinh thần cực kỳ an bình sảng khoái, tôi mơ rõ ràng như thật, như một buổi chiều xưa đã ngồi bên cái hồ dưới sườn núi rực rỡ một sắc hoa vàng diễm ảo.

Thức dậy, tôi thấy mình buồn nhớ kinh khủng. Lần này là nhớ một vùng đất chứ không phải nhớ con người. Tôi gọi cho các bạn cũ của mình, rủ rê họ tái lập một chuyến đi nhưng tất cả đều lịch sự chối từ. Có lẽ họ bận rộn nhưng cũng có thể họ đã chán ngán tôi, kẻ đã nốc hết số rượu ngon mang theo trong lần đi trước với lý do lãng xẹt và thiếu thuyết phục: thất tình!

Bạn cũ không đi nhưng nỗi nhớ phong cảnh dằn vặt quá, tôi quyết định tìm bạn mới. Tôi có quen một tay buôn lậu khá giàu có bởi thỉnh thoảng ngồi uống cà phê chung. Nghe tôi nói sẽ ra đảo chơi, bất ngờ lão đòi đi theo.

Tôi khá ngạc nhiên với ý định của lão, nhưng dù sao có bạn đồng hành vẫn hơn. Vậy là chúng tôi hẹn ngày lên đường. Vẫn như lần trước, chúng tôi sẽ ra đảo bằng tàu biển và về bằng máy bay để được trải nghiệm những cảm giác khác nhau trong cuộc hành trình.

Buổi chiều xuống tàu, tôi hơi ngạc nhiên khi thấy lão mang theo một va ly nặng nề nhưng cũng không tiện hỏi. Rồi chuyến hải hành cũng thuận buồm xuôi gió. Chúng tôi ra đến đảo vào sáng hôm sau và ngay trong buổi sáng đã tìm thuê phòng trọ, ổn định chỗ ở và đợi chiều trời mát, sẽ đi thăm thú vài nơi.

Thế nhưng khi tôi rủ lão ra cái hồ bên sườn núi nhìn hoa vàng đang nở, lão lại từ chối nói mình đã có một cuộc hẹn. Và thật vậy, ngay lúc đó điện thoại lão reo vang, lão vội vàng ra đi, không quên xách theo cái túi trông khá nặng nề mà lão lấy ra từ cái va ly lớn.

Tôi đi ra cái hồ nước cũ một mình, ngồi ở đó suốt buổi chiều và nhớ những người bạn tuyệt vời năm xưa, nhớ lại cũng chính nơi này tôi đã nhận cú điện thoại cuối cùng của người tình phụ, nhưng giờ tôi không còn nhiều đớn đau để chìm trong men rượu. Tôi cảm thấy thanh thản, yên bình... đúng như hôm sống trong giấc mơ với chính khung cảnh này.

Nhưng hôm sau, khi vừa thức dậy, lão bạn già lại nói: "Bữa nay anh với tui đi chơi ngoài hòn Bảy Cạnh nghen, tui đã thuê ghe." Tất nhiên tôi đồng ý vì ra Côn Đảo mà không ra những hòn đảo nhỏ khác nằm xung quanh nó thì cũng uổng công du lịch xa. Vậy là chúng tôi đi, khởi hành hơi trễ vì chiếc thuyền cho thuê có một trục trặc nào đó, nhưng không ngờ lại gặp tai họa.

Đó là một cơn giông kỳ lạ, bất ngờ, khủng khiếp nổi lên trên biển khi chúng tôi đã cách bờ chừng mười hải lý. Chiếc thuyền du lịch nhỏ, ngoài chúng tôi chỉ có một tài công nhưng anh chàng này quả có nhiều kinh nghiệm trên biển. Anh ta mau chóng tăng ga, cưỡi trên những ngọn sóng cao như nóc nhà, miệng gào thét chúng tôi mặc áo phao, còn tay ghì bánh lái, cố đưa con thuyền rời xa vùng sóng dữ.

Nhưng ngay lúc đó mưa ập xuống, trời bỗng tối đen như mực. Sóng hình như có dịu đi nhưng vẫn còn khá cao và gió vẫn rít từng cơn. Người tài công vẫn kiên cường tìm cách vượt sóng, nhưng "rắc" một tiếng, bánh lái thuyền đã gãy. Tôi nghe tiếng gào "trời ơi" vang lên, không biết của anh ta hay của lão bạn già! Từ giờ phút đó chúng tôi phó mặc số phận của mình cho Thượng đế. Trời vẫn tối mịt mù. Con thuyền dập dềnh trôi vô định. Tay bạn buôn lậu luôn miệng thở than, và qua đó tôi mới biết rằng lão đã mang ra đây một số vàng khá lớn, với ý địịnh buôn lậu vô đất liền những sản vật cấm, ngờ đâu giờ đây lại đang phải phó thác mình cho sóng dữ.

Trong cái rung lắc dữ dội của con thuyền chúng tôi mau chóng buông xuôi và tự buộc mình vào thân thuyền rồi nằm im chờ chết. Thế nhưng sau khi ngất lịm vì sợ hãi và say sóng, tỉnh dậy chúng tôi đã nhận ra mình dạt vào một hòn đảo lớn!

Tưởng rằng sóng gió quăng quật về lại nơi xuất phát nhưng hoàn toàn không phải. Ngay cả tài công cũng ngơ ngác không biết thuyền bị dạt vào đâu vì theo anh ta phong cảnh hoàn toàn xa lạ. Nhưng vì con thuyền đã gãy bánh lái, lại có dấu hiệu vô nước, máy thuyền cũng hư hỏng nên đành bất lực. Chỉ mong hòn đảo có người để hỏi sửa thuyền và hỏi đường về.

Từ dưới con thuyền rách nát, nhìn hòn đảo có vẻ hoang vu. Lúc đó chừng về chiều. Sau khi trao đổi với tài công, tôi và anh bạn rời thuyền, quyết định thám hiểm một phen. Vừa bước chân lên bờ tôi đã choáng vì phong cảnh quá tuyệt mỹ. Nhưng độc đáo nhất là trên những vách đá ẩm ướt, tiếng suối róc rách chảy và hàng hàng lớp lớp hoa phong lan đang độ vào mùa.

Tâm hồn thi sĩ được nuôi dưỡng từ bé và qua những cuộc tình điên của tôi rung động thật sự với đủ sắc màu rực rỡ mà thanh nhã của hoa lan. Nhưng người bạn thô kệch đã lôi mạnh tay tôi, chỉ về một con đường mòn phía trước và ra hiệu dấn bước.

Khi chúng tôi vượt qua vài con dốc, một con đường trải đá hiện ra trước mắt làm chúng tôi cảm thấy vô cùng mừng rỡ bởi như vậy đây là hòn đảo có người. Chúng tôi chắc chắn sẽ hỏi được đường về! Bỗng nhiên một điều cực kỳ sốc xảy ra. Ngay trước mắt chúng tôi, từ một khúc ngoặt của con đường có một đoàn xe do ngựa kéo bỗng ầm ầm diễu qua.

Một thi sĩ nửa mùa và một tay buôn lậu cùng ngây mắt ra nhìn. Xe ngựa đã là kỳ lạ nhưng kỳ lạ hơn trên mỗi chiếc xe đều có một cô gái. Họ ăn mặc như thời xa xưa và trang điểm cùng đeo trang sức khá lộng lẫy. Chúng tôi núp vào bên đường quan sát, và phải tự véo vào đùi mình để chắc là không phải đang mơ ngủ. Nhưng đúng là sự thật, một sự thật nằm ngoài sức tưởng tượng của con người...

Trên chiếc xe ngựa đi đầu, có một cô nàng cực xấu xí với đôi mắt xếch, miệng như cá hô nhưng trang điểm lòe loẹt và quần áo toàn bằng tơ lụa và từ mái tóc đến bàn tay đầy trang sức, chỉ nhìn qua có thể đoán cô ta là con nhà quyền quí.

Những chiếc xe ngựa kéo chạy sau cũng đều chở những thiếu nữ đang xuân, vài người nhan sắc trung bình nhưng ỏng a ỏng ẹo trông khá chướng mắt. Chỉ có chiếc xe sau cùng, do một con ngựa già ì ạch gõ móng, trên xe có một người con gái mặc áo vải thô, không hề có dấu vết phấn son trang sức nhưng sáng ngời lên một dung nhan tuyệt mỹ đến nỗi cả tôi và lão bạn già cùng như ngây như dại, nhìn theo hút mắt và sau khi chiếc xe cuối lướt qua, chúng tôi rời chỗ nấp, bám theo đoàn thiếu nữ lạ lùng vào trung tâm đảo.

Càng vào trong, chúng tôi càng gặp nhiều người. Những người dân ở đây ăn mặc theo lối xưa với áo bà ba, chân đất, đầu vấn khăn nhưng tất cả đều hòa nhã và không hề tỏ thái độ tò mò hay cảnh giác với hai con người xa lạ.

Một ông lão tóc bạc cho tôi biết đảo này có tên là Hoa Lan bởi nơi đây bất kỳ ngóc ngách nào cũng tràn ngập sắc hoa quí phái này. Và cứ đến mùa lan ra hoa chính vụ, chúa đảo lại mở hội Tình Yêu để cho phép trai gái tìm nhau kết duyên.

Ở đây không có chuyện tự tìm hiểu nhau mà quyền lực thuộc về chúa đảo. Ông ta sẽ truyền tất cả các gái chưa chồng đến dự hội, căn cứ vào nhan sắc mà định thứ tự thấp cao. Lại gọi tất cả thanh niên chưa vợ đến cho thi tài văn thơ. Thơ văn càng được xếp là hay thì sẽ được vợ đẹp!

À, thì ra tận cái vùng đảo xa heo hút này cũng có phong trào thi hoa hậu và những "giải nhất văn chương" như trong đất liền. Thật lạ đời!

Quá kinh ngạc với những gì vừa nghe thấy, chúng tôi quyết định không trở lại thuyền và gia nhập vào lễ hội lạ lùng hấp dẫn này. Theo chân những cô gái, chàng trai đang nô nức vào tòa nhà lớn có chiếc cổng được kết bằng hàng vạn đóa hoa lan khác nhau, chúng tôi cũng được cho vào.

Thú thật cả hai chúng tôi đều cảm thấy choáng ngợp với nhan sắc cô gái lúc nãy ngồi trên chiếc xe ngựa cũ nát nên vừa tò mò vừa háo hức. Trong sảnh lớn, trai và gái xếp hàng đối diện nhau. Chúa đảo là một người đàn ông to lớn, ăn vận sang trọng và nét mặt nghiêm khắc ngồi trên một sập cao, bên cạnh ông là một tay thư ký mặt gian giảo và cuốn sổ. Hắn xướng tên từng cô gái và đánh dấu cẩn thận nhưng bí mật. Những chàng trai thì trổ tài thơ văn của mình. Nếu đã vào đây, ai cũng phải làm một bài thơ nộp lên cho chúa đảo, và ai cũng được lấy một cô gái đang xếp hàng kia làm vợ. Không có ngoại lệ. Mọi sự chống đối đều xem là tội phạm và bị xử lý nghiêm khắc bằng cách quăng tội nhân vào Mõm Cá Mập, một vụng biển phía bắc đảo.

Như lỡ ngồi trên lưng cọp, chúng tôi không còn cách tháo lui nếu không muốn vào bụng cá mập. Tôi hoàn toàn tự tin ở thi tài của mình, vừa nhìn nhan sắc diễm lệ của nàng phía đối diện, thi hứng lại dạt dào như sóng biển và một bài thơ tụng ca tình yêu với tôi chẳng có gì khó khăn, nếu không nói là có khả năng đoạt giải nhất. Chỉ thương lão bạn già, nhìn anh ta nhăn nhó đau khổ khi ráng rặn ra một "bài thơ" cho đúng thủ tục thật buồn cười.

Đêm hôm đó tất cả những ai tham gia lễ hội Tình Yêu trên đảo đều phải ở lại những căn phòng được chỉ định. Theo thông báo, chúng tôi chỉ được phép ra về khi hôn sự đã xong. Vốn chẳng coi cuộc đời là cái quái gì sau khi bị ruồng bỏ, tôi về phòng mình, đánh một giấc, có nghĩ một chút đến anh tài công giờ chắc đang than vắn thở dài bên con thuyền hư của mình bởi không cách chi liên lạc cùng chúng tôi.

Đang thiu thiu ngủ, bỗng nhiên tôi nghe tiếng đập cửa. Hơi hoảng sợ nhưng tôi cũng mở hé cửa thử xem là ai. Thì ra đó là tay thư ký của chúa đảo. Hắn thì thào: "Tôi đã đọc bài thi của anh. Nó thật xuất sắc. Anh sẽ được xếp hạng nhất mùa này nhưng anh có... mang vàng theo người không?" - "Vàng? Tôi không có, nhưng để làm gì?" Hắn nhìn mặt tôi, cười khỉnh và gằn giọng: "Nghèo kiết xác như anh sẽ xếp hạng bét và sẽ phải lấy cô gái xấu xí nhất đảo này." Hắn quay ngoắt người, bỏ đi và ghé lại, đập cửa phòng ông bạn buôn lậu.

Suốt đêm tôi không ngủ. Nhớ lại cái cô miệng cá hô mắt xếch mà kinh hãi. Nhưng dù có mang theo vàng, tôi cũng thề là sẽ không dùng nó làm nhơ bẩn văn chương! Nhưng mà vậy thì cái nhan sắc như đóa lan đang phong nhụy kia sẽ thuộc về ai? Quả là đắng cay khi ngay trong cái xứ sở khỉ ho cò gáy này, nạn hối lộ vẫn bao trùm tất cả!

Có vẻ như "ban giám khảo" đã làm việc suốt ngày đêm. Chiều hôm sau tất cả các cô gái đều trùm kín trong những chiếc áo choàng đen như phụ nữ hồi giáo và trên mỗi chiếc áo đều được đánh số thứ tự. Cánh đàn ông thì được xướng danh từ cao đến thấp và cứ theo đó mà dắt cô gái về căn phòng tân hôn đã được chuẩn bị sẵn.

Tôi bàng hoàng khi nghe tên lão bạn mình được ghi nhận là "đệ nhất thi sĩ" mùa này. Bàng hoàng nhưng không ngạc nhiên, bởi tôi biết với dòng máu lưu manh chảy trong huyết quản, đêm qua lão đã cho đi khá nhiều vàng trong cái túi xách mà lão luôn kè kè bên mình, cái túi mà ngay cả trong cơn bão vừa qua, lão cũng chẳng buông tay.

Đúng như dự đoán, tôi được kêu tên cuối cùng và nhận cho mình cô gái chắc là xấu xí nhất còn lại cuối cùng. Tôi rã rời đến dắt tay nàng về phòng mình, lòng đắng cay tưởng tượng khi mở lớp áo choàng ra, không ai khác hơn cái nàng miệng hô mắt xếch hôm nào. Khi cánh cửa khép lại, tôi run run kéo cái áo che mặt trước và bàng hoàng, vui sướng tột độ khi đó lại là nàng, người con gái đẹp nhất, người con gái áo vải trên con ngựa già, người mà vì nàng tôi đã làm một bài thơ xuất sắc!

Nàng cũng e ấp khi nhận ra tôi và tỏ vẻ vui mừng bởi nàng cho biết, đêm hôm qua đã nhìn thấy tôi đứng trong hàng ngũ đàn ông tìm vợ, và chỉ mong đừng rơi vào tay một gã thô kệch, cộc cằn. Nàng kể: "Nhà em nghèo lắm, nhưng đêm qua tay thư ký đòi đến mười lượng vàng, em không có nên bị xếp vào cuối bảng."

Thì ra là vậy. Quả là may rủi khôn lường. Con người sao cải được cái nghiệp của mình. Tôi ôm nàng vào lòng, một mùi hương hoa lan thanh khiết và run rẩy và bỗng thương cho lão bạn giàu kia, chắc chắn giờ lão đang ôm cái cô nàng thô kệch nhưng đeo đầy trang sức kia!

Nửa đêm, đang say trong giấc mộng tình, bỗng nhiên tôi nghe tiếng đập cửa ầm ầm. Choàng vội áo quần, chúng tôi chưa kịp mở cửa thì một đoàn người đầu trâu mặt ngựa đèn đuốc sáng ngời ập đến. Chúng tôi bị trói giật cánh khuỷu và lôi ra ngoài. Tôi la lên: "Chúng tôi có tội tình gì? Tại sao các người bắt chúng tôi?" Tay thư ký mặt mày gian xảo chính là người chỉ huy đám côn đồ. Hắn cười gằn, lấy tay chỉ vào trán tôi: "Anh bị tố cáo là đã hối lộ để lấy cô gái xinh đẹp nhất đảo này. Chúng tôi có lịnh bắt và ngày mai, chính chúa đảo sẽ xử lý anh."

Mặc cho chúng tôi giãy giụa, phản đối, họ lôi chúng tôi ra ngoài, đến bìa một khu rừng nơi có sẵn các cọc gỗ và trói chúng tôi vào đó. Thân cô thế cô. Tôi đành chờ "xét xử" trên chính nỗi oan của mình. Chỉ tội nghiệp cho nàng, nước mắt đẫm khuôn mặt yêu kiều nhưng an ủi cho tôi, nàng vẫn cố nhìn tôi nhoẻn cười chứ không sợ hãi.

Trói chúng tôi xong, bọn họ bỏ đi, bởi biết chắc trên đảo này chúng tôi chạy đâu cho thoát mà canh giữ. Nhưng chỉ lát sau, tôi bỗng nghe có tiếng xào xạc rất nhẹ, rồi một bóng người tiếp cận tôi, nhanh chóng mở dây trói. Tôi hoàn hồn nhìn kỹ thì ra đó là chàng trai lái thuyền du lịch. Ngay lập tức tôi mở trói cho nàng và chúng tôi cùng nhau chạy nhanh về phía con thuyền đang đậu. Trong bóng đêm, không ai phát hiện...

Thì ra chàng tài công đã sửa xong con thuyền, không thấy chúng tôi về anh ta quá lo lắng nên bí mật vào trung tâm đảo và chứng kiến đoạn sau câu chuyện. Thấy chúng tôi bị bắt trói, anh đã đợi bọn họ rời đi rồi vào giải cứu. Vừa đến nơi thuyền đậu, anh hối chúng tôi nhảy xuống nhưng khi tôi đưa tay đỡ nàng thì nàng nói: "Không, em không thể theo anh, em còn cha mẹ già. Anh hãy mau chóng đi đi, đừng bao giờ quay về đây nữa!"

Dù năn nỉ hết cách, dù những dòng lệ chân tình có rơi cũng không làm nàng thay đổi quyết định. Người lái thuyền lại giục, tôi đành ôm nàng vào lòng một lần rồi từ giã. Nàng cố nén, thầm thì: "Em sẽ nhớ anh, nhớ suốt đời dù mình chỉ có duyên hội ngộ chưa hết trọn một ngày!"

Tôi chợt nhớ đến lão bạn, nhưng người lái thuyền ra hiệu đi nhanh vì thấy xa xa đèn đuốc chập chờn. Chúng tôi nhảy xuống thuyền, đẩy con thuyền ra xa, nổ máy. Tôi nhìn mải miết vào bờ, bóng nàng như một tảng đá vọng phu, nhỏ dần rồi mất hút.

Chúng tôi đã chạy thuyền suốt đêm, đến sáng thì người tài công nhận định lại phương hướng và may mắn gặp được một tàu đánh cá nhỏ cho một "can" xăng chạy về. Hôm sau anh ta trình báo lên chính quyền địa phương nhưng chẳng ai tin chúng tôi. Tôi đã ở lại Côn Đảo mười ngày để chờ lão bạn, nhưng anh ta không về, và cuối cùng cạn tiền, tôi đành lên một chiếc tàu thủy trở lại đất liền...

*

Đã một năm trôi qua, thành phố nơi tôi sống, những cành phong lan đang mùa rực rỡ. Tôi vẫn chưa thể quên những chuyện trên hòn đảo kỳ dị đó. Theo tôi đoán nó nằm đâu đó ngoài khơi vùng biển Côn Đảo và chờ đợi một ngày lão bạn kia trở về cùng với tin tức của nàng, nhưng đến bây giờ điều mong ước đó vẫn mờ mịt phù du...

ĐỪNG RÓT TRÀ CHO EM NỮA

Đừng rót trà cho em nữa! Cô gái trẻ khẽ khàng nhắc.

Người đàn ông như tỉnh lại từ cơn trôi nổi phù du, ông mỉm cười: "Xin lỗi! Anh lại quên."

Họ cùng nhìn ra ngoài trùng khơi nơi có từng đợt sóng phũ phàng đang lao vào đập ầm ầm vào những thân thuyền bé nhỏ nằm cặp sát những hàng dừa. Người đàn ông:

- Em tắm biển không?

- Tắm biển vào thời tiết này hả anh? Với lại anh biết em đang...

- Ừ, có sao đâu. Biết đâu ngày mai, ngày kia chúng ta không còn biển để mà tắm.

- ...

- Lúc đó chúng ta chỉ còn biển để nhớ, như những ngày điên rồ này của em.

Trong vô thức, bàn tay ông lại cầm bình trà đã nguội rót vào tách của mình và ly của cô gái.

- Em không uống nữa đâu. Đêm qua em mất ngủ vì uống trà với anh!

- Anh xin lỗi! Nhưng mà đi với anh, em phải tập uống trà!

... Và cả những cơn mộng mơ hư huyễn...

Ngoài xa, trên mặt biển màu thép lạnh, mây giông đang kéo tới. Những đám mây thấp ngang trên đầu sóng. Những con thuyền bập bềnh, đôi lúc như chìm mất giữa những đợt sóng hung hãn.

- Ở đây là Mũi Né đúng không anh?

- Ừ! Em đến đây lần đầu?

- Dạ, cũng là lần đầu tiên em thấy biển.

Người đàn ông mỉm cười một mình. Nụ cười nhỏ bé đến nỗi khó nắm bắt. Nhưng cô gái vẫn cảm nhận được nó. Cô nắm bàn tay ông. Bàn tay ấm và lạnh.

- Anh cười em?

- Ừ, anh nghĩ lần đầu tiên mà nhìn thấy biển như thế này hẳn em sẽ chán ngán lắm!

Mưa ập đến ào ạt. Một thanh niên phục vụ từ bên trong chạy ra. Anh ta vội hạ những tấm màn sáo bằng tre xuống để mưa không tạt vào nơi hai người đang ngồi. Người đàn ông nói:

- Không sao đâu em. Không ướt đâu!

Trong tâm thức người đàn ông bỗng hiện hình những ngày cuối tháng ba xưa. Con đường xuống bến cảng ngập xác người. Đạn pháo kích từ trên mấy cụm núi đá vôi ào ạt rơi xuống trung tâm thành phố và những con đường dẫn ra biển. Mặc kệ đạn và pháo, mặc kệ súng, từng đoàn, từng đoàn người bồng bế nhau, la hét, kêu gào chạy về hướng biển. Cầu cảng được nối dài để đoàn người tan tát chạy loạn xô đẩy nhau xuống một chiếc xà lan lớn. Trời nắng như hắt lửa từ trên cao nhưng đoàn người quá đông đến nỗi chiếc xà lan mau chóng đông nghẹt. Những loạt đạn pháo càng lúc càng dày. Thịt và máu vung vải khắp nơi trên cầu cảng...

- Đừng rót trà cho em nữa!

Người đàn ông giật mình, ông lại cười khi nhìn thấy nước trà tràn ra khỏi ly nước của cô gái.

- Đó là một ngày rất lạ lùng!
- Anh nói sao?
- ...

Mắt cô gái mở lớn. Cô ái ngại nhìn ông và lại tìm nắm bàn tay ấm lạnh. Một bàn tay mềm mại. Cô nhớ bàn tay thô ráp của cha mình. Cô chưa bao giờ nắm tay cha nhưng cô vẫn biết nó sần sùi cứng cáp với những ngón ngắn và thô. Bàn tay ấy đã từng tát vào má cô, làm hằn lên năm ngón tay trong suốt nhiều ngày. Nhưng nó không làm cô đau đớn như khi nhìn ông khóc trong cơn say chiều hôm đó. Ông rền rỉ: "Con ơi là con ơi, ai đã đưa đẩy con đến con đường này? Trời ơi, là ai? Là ai? Tui phải giết nó. Là ai? Là ai?"

Phải chi ông biết cái người đưa con gái mình vào con đường mà ông cho là xấu xa ấy chính là em gái của mình, không biết ông sẽ xử sự ra sao?

"Đó là một ngày rất lạ lùng!" Không, cái ngày hôm ấy tràn ngập sợ hãi và cay đắng. Cái ngày hôm ấy cô chỉ muốn chết đi cho nhẹ bớt nỗi buồn lo. Người đàn ông đó, người đàn ông đầu tiên trong cuộc đời cô cũng trạc tuổi người đàn ông đang ngồi bên cô. Nhưng giữa họ là một sự tương phản cùng cực. Thế nhưng với "bà chủ", ông ta là một "người đáng kính".

Trong căn phòng khách sạn không mấy sạch sẽ, hắn đã lao vào cô như một kẻ chết đói nhìn thấy mâm cơm... Trong sự sợ hãi, toàn bộ thân mình, các cơ, hai đùi của cô đã khép lại, căng cứng bởi những đề kháng vô thức. Hắn hầm hừ, làm đủ mọi cách để chiếm đoạt và gần như xé rách thân thể chưa kịp nẩy nở của một cô gái nghèo khó. Đêm, hắn bỏ về. Một mình cô trong căn phòng khách sạn chật hẹp, âm u...

- Em uống thêm một ly nước cam nữa nha? Người đàn ông dịu dàng nâng mặt cô lên. Ông thảng thốt khi thấy những giọt nước mắt trên mi cô gái:

- Sao em khóc? Đi chơi với anh buồn quá đúng không?

Cô khẽ khàng lắc đầu. Ông quàng nhẹ tay qua đôi vai bé nhỏ của cô, mắt mông lung nhìn ra ngoài trời mưa, nói thật nhỏ:

- Ngày anh còn nhỏ, biển vui lắm...Rồi có một ngày...

- Sao hả anh?

- À, có một ngày nó thấm máu... Máu... những người thân yêu nhất của anh!

- Em xin lỗi!

Người đàn ông cười buồn, Ông châm một điếu thuốc và ra dấu cho người phục vụ đang đứng thật xa trong một quầy nhỏ bên trong, người phục vụ lại gần:

- Cho chú thêm một bình trà, một ly nước cam!

Biển đã đen thẫm, không nhìn thấy gì ngoài bóng đêm đen. Tiếng mưa rơi rào rạt trong tiếng sóng...

Đèn trong quầy giải khát vàng vọt. Đang mùa mưa và là ngày đầu tuần nên khách sạn vắng ngắt. Hình như chỉ có hai người...

- Năm đó anh mười lăm tuổi.. Người đàn ông thì thầm.

- Dạ! Cô gái trẻ nắm chặt bàn tay rịn mồ hôi của ông. Bỗng cô rùng mình. Ừ, năm đó, không phải cái "năm đó" xa xôi của người đàn ông đau khổ ngồi bên cô, mà mới vài năm đây thôi, đứa em trai cô cũng tròn mười lăm tuổi. Chính cái ngày nó vô lớp mười, cũng là ngày cô cắn răng chấp nhận lời đề nghị bán thân mình, chỉ vì cô biết nếu không làm như vậy thì em trai mình không có quần áo, sách vở, tiền trường... và tệ hại hơn, mẹ cô sẽ chết vì thiếu thuốc.

- Chị anh đã che đạn cho anh! Mắt người đàn ông dại đi, có cảm giác ông đang khóc dù không thấy lệ rơi.

Cô gái bật khóc, đầu dựa vào vai ông. Bỗng dưng cô thấy mình thương ông lạ lùng. Thấy ông không khác gì đứa em trai ốm yếu của cô. Cô nhớ đêm đầu tiên gặp ông, khi ấy cô đã rời khỏi "động quỷ" của "má Châu" một thời gian, đêm cô xin đi làm ở một quán bar nhỏ bán thức ăn Nhật còn ngày thì học uốn tóc, trang điểm...

Quán cô làm phục vụ nằm trên một con đường nhỏ. Ông đến, rất lịch sự bảo với cô muốn một chén sake đúng gốc Nhật Bản.

Sake là một loại rượu ngũ cốc nhẹ. Ở cái quán của cô nó có màu vàng nhạt, thơm thơm như rượu gạo Việt. Ông ngồi uống một mình, đờ đẫn... Vài hôm sau ông lại đến. Bà chủ quán của cô, em gái của chủ tiệm cô học trang điểm không phải là người khó tính với nhân viên nên khi ông bắt chuyện cô có thể thoải mái chuyện trò nếu quán vắng khách.

Dần dần ông có cảm tình với cô. Nhiều khi ông tế nhị để lại tiền "boa" sau khi ra về. Cô cũng thích ông dù ông nhiều hơn cô ba mươi tuổi và họ nói chuyện rất ít. Cô không hiểu vì sao mình lại có cảm tình với con người đó. Phải chăng đó là một mối đồng cảm?

Qua cách sinh hoạt của ông, cô đoán ông đang sống độc thân và ở đâu đó không xa lắm nơi cô cô đang làm đêm vì vài lần cô biết ông đi bộ đến. Nhiều tháng trôi qua từ khi cô may mắn rời bỏ nơi cô dấn thân vào dù rằng vẫn bị ám ảnh đến sợ hãi. Một vài ông khách Nhật, khách Đại Hàn nhờ người hướng dẫn hỏi thẳng cô có muốn đến khách sạn với họ sau giờ làm việc với giá khá cao nhưng cô từ chối.

Mẹ cô đã mất. Chuyện phải có tiền không còn là chuyện bắt buộc nghiệt ngã. Và cô tự hứa với mình dù giá bao nhiêu cũng không chấp nhận bán thân thêm lần nữa. Một đêm người đàn ông ấy đã ngập ngừng đề nghị:

- Em ... có thể đi chơi với anh?

- Đi chơi? Không, em không làm... Cô nói, giọng buồn bã.

- Không, anh không nói ý đó, anh muốn rủ em đi chơi ở biển...

- Biển? Mắt cô tròn xoe. Cô sinh ra ở đồng bằng và chưa bao giờ nhìn thấy biển. Chừng nào đi hả anh?

- Em đồng ý?

- Dạ... không!

Người đàn ông im lặng. Ông yêu cầu một ấm trà. Khi trở ra, cô rụt rè:

- Chừng nào anh đi?

- Ngày mai!

- Em sẽ xin nghỉ, đi với anh, nhưng...

- Nhưng sao?

- Em đang... em đang... Và sẽ không có chuyện đó.

Người đàn ông bật cười, ông nắm tay cô:

- Cô bé ngốc... Em xin phép đi nha. Sáng mai anh đến đón.

Ông thuê một chiếc taxi đến chỗ cô hẹn là đầu hẻm phòng cô trọ. Trên xe cô nói thật với ông là mình đang "kẹt." Ông cười như rất hạnh phúc, nắm chặt tay cô và thì thầm: "Em điên! Em điên"

Biển đã đón họ với những ngày áp thấp mịt mù. Chủ khách sạn hình như có quen biết với ông. Khi ông trao chìa khóa phòng cho cô, cô ngạc nhiên:

- Em ... Suýt nữa cô đã hỏi:

- Em ngủ một mình sao? Nhưng cô đã kìm lại được. Hai ngày nữa cô mới "hết" và chuyện ở một mình làm cô cảm thấy vừa thoải mái, vừa buồn buồn vì khi đồng ý đi chơi với ông, cô đã dự liệu và chấp nhận mọi điều có thể xảy ra.

Gần hai ngày đã trôi qua. Trời vẫn mưa và họ chưa một lần thật sự hòa vào biển dù ông đã kêu taxi ghé vào một tiệm quần áo thể thao để cô chọn một bộ áo tắm.

Cả ngày người đàn ông chỉ ngồi nhìn ra biển và uống trà. Đêm đầu tiên họ cũng ngồi như đêm nay và khi đưa cô đến trước cửa phòng ông nói thật nhỏ: "Em ngủ ngon nha! Anh chỉ sợ sóng biển làm em khó ngủ". Và đúng là tiếng sóng cùng với những cảm xúc lạ lùng đã làm cô chập chờn suốt đêm. Phòng ông sát cạnh với phòng cô. Cô nằm lắng nghe tiếng sóng, đôi khi cô mơ hồ nghe tiếng gõ nhẹ vào cửa phòng mình và vội vã bật dậy nhưng không hề có ai...

Hôm nay biển vẫn động...

Trời tối mù mịt. Người thanh niên trẻ hạ hết những màn sáo xuống. Cặp vợ chồng già người nước ngoài mới thuê cùng khách sạn đã đứng lên từ hơn nửa giờ trước. Bàn tay người đàn ông bứt rứt trong tay cô. Chợt ông rút tay ra, thì thầm:

- Tại sao số phận chúng ta lại như thế này? Tại ai?

- Đừng rót trà cho em nữa anh!

- Ừ, em có muốn xuống biển không?

- Trời mưa mà anh, với lại tối hù à, em sợ...

Ông nắm tay cô, họ đứng lên. Cô thoáng thấy ánh mắt người thanh niên phục vụ trạc tuổi cô nhìn mình vừa tò mò vừa ái ngại.

Ông dừng lại thật lâu trên hành lang, thì thầm:

- Ngủ ngon nha. Mai anh sẽ không rót trà cho em nữa!

- Dạ, không sao mà anh...

Tiếng sóng vẫn ầm ào khi cô đã nằm trong chiếc mền dày vì phòng khá lạnh. Mơ hồ cô lại nghe tiếng gõ cửa nhè nhẹ. Cô nhẹ nhàng rời khỏi giường, đi chân trần về phía cửa. Xoay nắm cửa. Và cô suýt kêu lên vì kinh ngạc. Trời đã trong sáng tự lúc nào. Ánh trăng trải rộng khắp khu vườn nhỏ dẫn về phía biển. Cô bước về phía phòng ông. Đèn bên trong vẫn sáng. Cô nhè nhẹ gõ vào cánh cửa...

CÁI QUẦN QUÊ

Đầu năm 1976, khi chưa tròn 15 tuổi, gia đình tôi chuyển từ Cam Ranh vào một xã vùng sâu thuộc tỉnh Hậu Giang. Đó gần như một cuộc trốn chạy sự khắc nghiệt bắt đầu đè nặng trong một gia đình có "lý lịch xấu". Gần 15 tuổi, lần đầu tiên tôi nhìn thấy những đồng ruộng mênh mông, những dòng kinh thẳng tắp đục phù sa và ấn tượng nhất là những từ mới lạ. Những từ đặc trưng của vùng Tây nam bộ.

Sau cuộc hành trình vất vả bằng xe tải, gia đình chúng tôi phải di chuyển đến nơi ở mới bằng ghe. Và trong những người tò mò ra đón, có cô con gái ông chủ đất. Khi nhìn thấy đống đồ đạt lủng ca lủng củng, cô con gái trạc tuổi tôi chỉ vào chiếc va ly của bà chị lớn và nói: "Tối nay chắc em "ghình" em "ghinh" cái "gương" của chị!"

Lần đầu tiên nghe câu nói này thú thật tôi chẳng hiểu gì cả, bà chị tôi cũng tròn mắt: "Em nói cái gì?". Cô gái cười: "Cái "gương" to "dzầy" chắc nhiều "dzàng", tối nay em "ghình" em "ghinh" "dzề" nhà em". Chị em chúng tôi hiểu ra, thiếu điều muốn ôm bụng cười. Thì ra ở đây (và sau này tôi biết gần như cả miền Tây nam bộ) người ta phát âm "R" ra âm "Gh" hoặc "G".

Ở một thời gian, tôi nhanh chóng phát hiện ra nhiều từ mới lạ, chưa bao giờ có trong vốn từ của mình trước đó. Ví dụ như "mình ên" hay "keo chao". Thế nhưng choáng nhất là khi tôi được chứng kiến một trận cãi nhau giữa hai người phụ nữ, và cái từ họ dùng để chửi nhau: "CÁI QUẦN QUÈ"!

Trước khi lên Sài Gòn, tôi đã sống ở miền Tây mười tám năm. Mười tám năm! Một thời gian đủ dài để tôi lớn lên, càng lớn càng yêu vùng đất, con người, ngôn ngữ... một thời lạ lẫm, đủ để tôi hiểu cái

QUẦN QUÈ là cái quần người phụ nữ mặc khi có kinh (từ này ra đời khi chưa có băng vệ sinh, chắc vậy!).

Mười tám năm đã giúp tôi có thể gần như hoàn toàn biến thành một "dân miền Tây" chính cống trong lối phát âm khi sử dụng những từ ngữ đặc trưng Nam bộ. Dù tôi không nói: "Con cá gô bỏ vô cái gổ kêu gột gột" nhưng tôi nói "thịch" thay vì "thịt" hay "tỏn" thay cho "toản", và rất nhiều người, trong đó có bạn bè tôi vẫn cho rằng tôi là dân Cần Thơ!

Ở Sài Gòn có rất nhiều người xuất xứ từ vùng đồng bằng sông Cửu Long (ví dụ như... bà xã tôi), nên hằng ngay tôi vẫn nghe, vẫn nói như một "người Cần Thơ". Thế nhưng một lần hiếm hoi lắm, tôi mới nghe một tiếng chửi "Đồ QUẦN QUÈ"!

Đó một trận cãi nhau, đánh nhau, chửi nhau kinh hoàng của một cặp đôi "chồng Bắc vợ Nam" và người phụ nữ nhu mì bỗng bùng lên như một ngọn núi lửa. Chứng kiến chuyện ấy tôi định viết một truyện ngắn và định đặt tên truyện theo một câu chửi của người vợ (một câu chửi khác, không phải câu cái QUẦN QUÈ), thế nhưng khi nói lên ý định này với bạn bè, ai cũng khuyên can tôi đừng viết, mà có viết cũng đừng công bố, còn có công bố (trên blog cá nhân) thì cũng nên đặt một cái tựa khác!

Ngẫm đi ngẫm lại tôi thấy bạn bè khuyên rất chân tình và có lý, trong đó có lời khuyên của một người bạn vong niên mà tôi xem như thầy mình, nên cuối cùng không viết cái truyện ngắn ấy nữa.

Thế nhưng câu chuyện ấy vẫn ám ảnh tôi, nó giống như trong những đêm trước khi ngủ, cái dấu hỏi luôn hiện ra là "Tại sao phải viết?", "Viết để làm gì?", "Không viết thì có... chết thằng Tây nào không?". Tôi đã in vài tập truyện ngắn, vài cuốn truyện dài và không phải không thấy cái phù phiếm của văn chương. Thế nhưng cái lực hút của chuyện "phải viết" cứ ám ảnh. Vậy mới ... lãng nhách!

Câu chuyện tôi viết (hay kể?) dưới đây sẽ không được đặt tên và nó sẽ nằm giữa ranh giới của hư cấu và hiện thực. Ai nghĩ tôi bịa có ý đồ cũng được mà xem như một chuyện kể mua vui cũng ... OK!

Trên con đường đến quán cà phê sáng với bạn bè, mỗi ngày anh đều phải đi qua một cái chợ nhỏ và tiện thể anh thường ghé vào một gian hàng bán các loại thức ăn cho cá kiểng vì nhà anh có một hồ cá bảy màu và mồi cho loại cá xinh xắn này là những con trùn nhỏ li ti như sợi chỉ nên người ta gọi chúng là trùn chỉ. Người bán thường là một phụ nữ khoảng ngoài ba mươi, khuôn mặt đôn hậu, phảng phất một nét buồn. Một vài lần anh gặp một người đàn ông ngồi bên trong. Ông ta khoảng trên dưới bốn mươi, mặt khó đăm đăm. Ghé mua trùn chỉ lần thứ tư thì anh biết họ là vợ chồng, và còn biết chồng người Bắc, vợ người Tây nam bộ.

Hôm đó mua xong trùn chỉ, nhìn thấy trong mấy cái hồ cá kiểng có mấy con "la hán" đầu u khá đẹp, anh nấn ná ở lại, bước vào trong coi chơi. Người đàn ông ngồi sau quầy đon đả: " Cá đẹp đấy, bác mua con nào em chọn cho!". Giọng anh ta khê nồng, âm sắc của người miền núi Bắc Trung bộ. Thấy anh lắc đầu, bảo chỉ xem cá, lão ta sa sầm nét mặt. Vừa lúc đó anh nghe tiếng người phụ nữ từ bên ngoài nói vọng vào: "Anh ơi, đưa giùm em cái "gổ".

Không hiểu sao từ hôm đó, dù có ghé mua mồi cho cá hay không, anh thường nhìn vào cái cửa hàng nho nhỏ ấy. Cái cảm nhận đầu tiên về nỗi buồn sâu kín của người phụ nữ kia ngày càng sâu đậm trong anh.

Một lần ghé vào anh còn nhìn thấy mặt chị có những vết bầm nơi gò má và hình như chị vừa khóc trong lúc lão chồng rít và nhả khói như điên bên chiếc điếu cày, mồm lẩm bẩm "địt mẹ"...

Một lần khác, vào xế chiều một ngày đầu hạ, anh nhìn thấy lão ta nắm tóc người phụ nữ và tàn nhẫn tát vào khuôn mặt xinh đẹp hiền lành kia những chiếc tát cực mạnh. Những người hàng xóm ít ỏi chỉ đứng nhìn, không thấy ai can thiệp. Anh nóng mặt, nhưng biết mình chỉ là người qua đường nên chỉ thấy nhói lòng và bất lực. Nạn bạo hành ở đất nước này gần như là chuyện bình thường, Chồng đánh vợ hả? Chuyện nhỏ! Chẳng có ai, và chẳng có "chính quyền" hay "pháp luật" nào rỗi hơi dính vào!

Lại một buổi sáng anh trên đường đến quán cà phê. Thế nhưng sao hôm nay tại cái quầy bán cá kiểng người ta lố nhố đứng nhìn vô trong nhiều vậy? Anh cũng tấp xe vô, lòng buồn rầu nghĩ đến cảnh người thiếu phụ hiền lành kia đang bị chửi, bị đánh trong cam chịu. Thế nhưng bên tai anh lại vang lên tiếng chửi, tiếng thét của một người phụ nữ.

Anh bàng hoàng, gần như không tin cả tai mình. Dựng đại chiếc xe cà tàng vào lề đường, anh chồm người, cố nhướn cổ nhìn vào bên trong cửa hàng xem thử chuyện gì đang xảy ra. Và cái điều anh thấy mới thật là khó tin hơn nữa. Nó vừa phi lý, vừa khôi hài đến độ vài người xem cũng phải bật cười. Đứng nép vào một góc, tay che đầu là lão chồng hung hãn ngày nào giờ co rúm như con chó nhà trước cọp. Còn người phụ nữ vừa la hét vừa bê nguyên một thau trùn chỉ trút vào đầu lão chồng.

Anh lui ra. Lòng ngổn ngang những cảm giác khó tả. Nó vừa khó chịu vừa nhẹ nhàng, vừa buồn bã lại có thoáng vui mừng không thể hiểu vì sao...

Văng vẳng bên tai anh là tiếng chửi vút cao của người phụ nữ cam chịu hôm nào: "Con đĩ mẹ mầy! Thằng chó! Tao cho mày ăn quần què! Thằng khốn nạn! Tao cho mày ăn quần què!"

RỒNG LỘN

Mưa suốt ngày đêm. Bà tôi làm dấu thánh theo thói quen. Không nhìn thấy những dãy núi điệp trùng. Không nhìn thấy cả hòn núi Chúa gần nhất. Trời thấp, âm u như một cái lò than bỏ hoang. Lạy Chúa lòng lành! Rất may là không có bão. Nhưng dòng sông nhỏ hiền lành đã trở thành mênh mông và sôi sục. Nước dâng lên, dâng lên..

Không ai trong làng có can đảm ra nhìn dòng lũ tràn về nhưng mọi người đều cảm nhận một mối nguy đang tăng dần. Có thể nghe tiếng nước réo từ phía Ghềnh Sét ầm ầm vọng đến.

Mọi người đều lo lắng nhìn ra bầu trời mịt mùng. Những nét mặt đăm chiêu dõi theo từng bong bóng vỡ trên sân. Mưa đều đều, chậm rãi. Cả trời đất như nhòa đi, chìm lắng trong cái âm điệu buồn bã ấy. Không có một dấu hiệu nào cho thấy trời sẽ tạnh trong những ngày tới.

Lo lắng nhất phải kể là những người quá nghèo, những người khố rách áo ôm, những kẻ không có miếng đất cấm dùi phải làm thuê làm mướn cho những nhà khá giả. Mưa lụt như vầy thì làm gì có được việc làm, dù là việc làm để đổi lấy một bữa cơm ăn với muối trắng?

Và trong khi nhà giàu đóng cổng, khép cửa, cời lò than hồng sưởi ấm, rót ly rượu quí sủi tăm, nhai đậu phộng rang thơm miệng, trùm mền tán với nhau đủ mọi chuyện trên đời thì những người nghèo ấy run rẩy trong những tấm áo tơi bằng lá, khép nép đến cửa sau những ngôi nhà to lớn, nhỏ nước mắt năn nỉ vay từng lon gạo. Và may mắn thì được ngày hai lần cả nhà xì xụp xúm quanh một nồi cháo loãng bởi lượng nước gấp nhiều lần lượng gạo.

Đúng thời điểm ấy bỗng có một tin đồn lan nhanh trong làng. Một tin đồn có sức mạnh dựng dậy tất cả mọi người, dù là người trong chăn ấm hay kẻ ở ổ rơm: "Dưới chân Ghềnh Sét có một con rồng hiện lên và đang vùng vẫy, phun nước ầm ầm. Nguy to rồi. Không chừng cả làng sẽ trở thành biển nước!"

Một con rồng? Trời đất quỷ thần ơi? Con rồng thì ngay đứa trẻ lên ba cũng nghe nói nhưng có ai đã từng thấy nó bao giờ? Vậy mà bây giờ nó lại xuất hiện ngay cái làng hẻo lánh này để làm lụt lội. Trời hại dân làng rồi!

Người ta lao xao, người ta bàn tán, người ta run sợ. Người đạo Kytô làm dấu thánh và cầu nguyện trước tượng Đức Mẹ. Người đạo Phật thắp hương trên bàn thờ vừa nam mô vừa lần chuỗi bồ đề.

Nhưng ai thấy nó đầu tiên? Ai dám ra tận Ghềnh Sét trong lúc nước lũ tràn về để chứng kiến cái con vật linh thiêng huyền thoại ấy? Lão Khói! Đúng vậy. Không ai khác hơn cái lão già lầm lì ấy. Lão ta chuyên nghề câu cá, một lão già kỳ cục, không một lần lấy vợ và rất là chí hiếu, bởi lão còn mẹ. Một bà cụ đã gần ngưỡng tuổi trăm. Không ai nuôi mẹ kỹ lưỡng bằng lão. Sinh sống bằng nghề câu nhưng con cá ngon nhất trong ngày bao giờ lão cũng dành cho bà cụ. Trong làng, không ai không biết chuyện có lần lão nhất định không bán cho ông lý con cá lấu lớn nhất, dù ông này đã trả một giá rất hời, gấp cả chục lần giá trị con cá ấy, bởi vì theo lão, mẹ lão rất thích món cháo cá lấu!

Không một ai có thể qua mặt lão trong nghề câu. Và với kinh nghiệm già đời của mình, mùa nước lụt lại là mùa lão vớ bở nhất. Những giống cá lớn, thịt ngon theo cơn lũ từ thượng nguồn đổ về. Và nếu không câu chúng trong những ngày như vậy thì chúng cũng ra đi theo cơn lũ. Bởi vậy lão đã mạo hiểm ra Ghềnh Sét, nơi có những gộp đá lớn bị trời đánh hằng năm. Nhưng chưa kịp thả câu thì lão thấy Ngài – lão gọi như vậy – và ba chân bốn cẳng lập cập chạy về...

Sau một hồi bàn tán, người tin, kẻ không, hầu như cả dân làng đều đội mưa ra đi, trừ đàn bà và trẻ con, các vị chức sắc bảo vậy. Trẻ con thì còn quá nhỏ còn đàn bà thì nhẹ bóng vía, lại không được thanh sạch, ra đó lỡ Ngài (họ cũng kính cẩn gọi như lão Khói) không vừa lòng thì khốn cho cả làng!

Mưa vẫn đều đều, chậm rãi. Cây lá rũ xuống, lặng câm, thỉnh thoảng mới rùng mình trút xuống những giọt nước nặng trĩu khi bị đoàn người chạm vào. Đi đầu là những trai tráng, những người thợ săn. Họ có sẵn một sức lực dồi dào và một trí tò mò đầy háo hức của tuổi trẻ. Tiếp theo là các vị trung niên rồi mới đến các bô lão trong làng.

Còn cách Ghềnh Sét độ vài trăm bước chân họ phải dừng lại, không thể nào tiến thêm được nữa. Cả một bãi sông rộng trước kia không còn. Lũ đã tràn lên, đập vào vách đá thành những vực xoáy ghê người. Nước cuồn cuộn đuổi nhau, cuốn tròn. Củi mục, cây tươi bị trốc gốc, rác rến xoắn vào nhau cùng bị nhận chìm xuống rồi lại lao lên đi vun vút.

- Đó thấy chưa. Nó... à... Ngài đó! Chợt có tiếng thanh niên la lên ở toán đi đầu.

- Đâu? Đâu, Ngài đâu? Mọi kẻ có mặt đều quên hết mưa trên trời và nước dưới chân để nhào lại phía có tiếng la vừa rồi.

Và... Hiện ra trước mặt họ, dưới nền trời đục, ẩn hiện sau làn mưa là một hình thù kỳ dị.

Rồng! Đúng vậy! Không còn gì để nghi ngờ nữa. Dưới Ghềnh Sét nước lũ tạo thành một cái vũng rộng và trong cái vũng ấy một cái đầu tua tủa sừng gạc, lông lá, đang trồi lên, ngụp xuống. Nối với chiếc đầu là một cái cổ vĩ đại, tuy chìm phần lớn dưới nước nhưng cũng có thể thấy nó phình ra về phía trước như trong tư thế muốn bay lên? Phần đuôi của Ngài có phần khiêm tốn hơn, nó nổi lềnh bềnh và uốn lượn theo những dòng xoáy. Trời lại âm u hơn khi chuyển về chiều nên không nhìn thấy chân và vảy của Ngài.

Sau một hồi chiêm ngưỡng "long nhan" trong sự im lặng đầy thành kính pha chút sợ hãi người ta bắt đầu thầm thì:

- Ngài là Long Vương, đi "vi hành" đến đây thì mắc nạn!

- Không phải đâu! Trông cách Ngài vùng vẫy và gật đầu về phía làng ta kìa. Chắc là Ngài muốn báo trước sẽ dâng nước cao hơn?

Như thể phụ họa với lời bàn vừa rồi, về phía thượng nguồn chợt lóe lên những tia chớp ngoằn ngoèo, mây sẫm lại, đen kịt.

- Phải tế Ngài mới được! Không thì nguy khốn hết cả làng. Về thôi bà con!

Đó là lời ông lý trưởng, nói xong ông quày quả về trước, sau khi đã cẩn thận vái về phía Ngài mấy vái.

Mọi người cũng vội vã theo chân ông. Một cuộc hội ý nhanh chóng trong sân đình. Và cũng nhanh chóng như vậy một con heo lớn được chọc tiết, cạo lông.

Người ta lại theo nhau lũ lượt trở ra Ghềnh Sét. Lần này thì các vị chức sắc đi trước. Sau họ là chiếc bàn trên có đặt con heo trắng hếu. Đám thanh niên đi sau cùng.

Trời vẫn mưa lâm thâm và bắt đầu có gió. Nhang đốt hoài không cháy. Một người lại chạy về đem ra một cái dù màu đen. Bất kể nước dưới chân mấy ông già sì sụp khấn vái. Thành kính nhất là những người có của từng đội ơn mưa móc quốc gia. Họ có nhiều điều đáng lo.

Gió mạnh hơn. Chớp nhiều hơn. Mưa dày hơn. Trời sụp tối nhanh chóng. Trong cái cảnh hỗn mang của đất trời ấy Ngài vẫn vùng vẫy, uốn lượn. Cái đầu kỳ quái cứ ngẩng lên sụp xuống làm cho nước càng lúc càng réo to bên Ghềnh Sét.

Cúng xong, mọi người lần lượt trở về. Một nỗi sợ hãi bao trùm lên cả làng thậm chí không nghe cả tiếng chó sủa. Tai họa đang rình rập từng phút một ngoài hiên.

Suốt đêm hầu như chẳng ai ngủ được. Nửa đêm sét bỗng nổ vang ở phía ghềnh rồi mưa dứt hẳn. Trời chưa sáng đã nghe tiếng ai đó la lên:

- Nước rút rồi bà con ơi! Trời cũng tạnh rồi! Tai họa đã qua rồi!

Cả làng thở phào nhẹ nhõm. Ngài đã chứng! Họ đổ ra bờ sông, lội sình lầy về phía đặt lễ vật đêm qua. Con heo đã biến mất cùng với cái bàn. Thế là may! Nó cứu cả làng. Còn phải tạ ơn Ngài thêm một con nữa!

Ngài đã thăng. Cái vũng dưới chân Ghềnh Sét đã thu hẹp lại. Đã có thể lội qua bên ấy. Đám thanh niên bàn tán với nhau một hồi rồi có hai kẻ liều mạng cầm gậy dò đường lội qua, dù có vài người ngăn cản. Họ mất hút vào bờ tre ven vũng nước mới hôm qua còn ngập đến đọt. Những người đứng bên này hồi hộp chờ đợi. Bất chợt họ thấy hai thanh niên nhào ra. Cả làng run lên.

Điều gì đây hả trời? Hai thanh niên huơ gậy lên và gào to:

- Qua đây! Qua đây! Không phải Ngài! Họ cười vang.

Không phải Ngài? Một sự báng bổ chăng?

Mọi người hè nhau lội ào qua, hướng về phía bờ tre mà hai kẻ táo tợn vừa lại chui vào. Họ nghe một mùi thối đến lợm giọng. Họ ráng chui theo vào. Nhiều người thối lui ra ngay nhưng hai thanh niên đang la lớn:

- Không phải Ngài! Không phải rồng! Tại nhìn lộn thôi!

Mọi người bịt mũi lại nhưng mắt thì mở to. Trước mắt họ là một con trăn lớn. Lớn chưa từng thấy trong đời họ. Bụng con trăn về phía cổ phình to lên bởi trong miệng nó lòi ra một cái đầu nai với đầy đủ hai cặp sừng với sáu nhánh gạc.

Cả trăn và nai đã chết trương phình lên trong thật dễ sợ. Vậy là đã rõ. Con trăn lớn nuốt con nai nhưng mắc cái đầu sừng nên nuốt không trôi. Và trong khi nằm chờ tiêu hóa con mồi trong một cánh rừng nào đó nó đã bị lũ cuốn về đây, gây cho dân làng một mẻ sợ.

Mấy vị chức sắc xanh mặt. Họ tiếc con heo thì ít mà xấu hổ thì nhiều. Con heo là của cả làng. Tụi nó sẽ è cổ ra trả. Nhưng còn chuyện họ đã cúng vái thì sẽ thành trò cười cho biết bao nhiêu kẻ xấu miệng?

Tất cả là do lão Khói. Đã thong manh mà còn đồn nhảm. Phải bắt tội lão! Họ quay qua tìm lão nhưng lão đã lẳng lặng rời khỏi Ghềnh Sét từ lúc nào...

Đó là một trong những chuyện kể của bà tôi làm tôi nhớ nhất. Tôi là một gã chuyên đi nhặt chuyện rồi kể lại với mọi người bằng cách riêng của mình. Một gã nhiều chuyện! Thế nhưng nhiều người không tin và không ưa lắm chuyện này. Họ bảo tôi bịa có ý đồ. Và như mọi câu chuyện được nhận xét như vậy bao giờ tôi cũng thêm rằng: Nó là một chuyện đã xảy ra từ lâu lắm...

NHỮNG TUYỆT TÁC
BỊ LÃNG QUÊN

Chuyện đã xưa lắm rồi. Đại khái một buổi chiều tòa soạn của một tờ tuần báo văn chương có số lượng phát hành thuộc hàng rất cao nhận được một phong bì bên ngoài đề hai chữ "truyện ngắn." Như thường lệ, phong bì ấy được chuyển qua khâu biên tập về sáng tác. Thế nhưng, thật bất ngờ, chỉ sáng hôm sau biên tập viên văn nghệ đã có mặt tại phòng biên tập với cái phong bì ấy. Giọng nói anh đầy phấn khích:

- Tôi có một đề nghị... - Anh ngừng nói một lúc như để thở rồi mới bật ra - Đề nghị chúng ta đăng ngay truyện ngắn này trong đặc san chủ nhật tới.

- Đăng ngay đặc san chủ nhật này? - Thư ký tòa soạn, một người vốn điềm đạm mà âm sắc câu hỏi vừa rồi cũng lên cao chứng tỏ anh ta rất ngạc nhiên. Bàn tay anh run run rót tách trà mới, rồi tiếp, giọng đã nhẹ đi: - Bài vở đã chuẩn bị đầy đủ. Báo đã sắp lên khuôn. Và anh ta quên rằng chúng ta đã thông báo với nhà văn A. là chúng ta sẽ đăng truyện của ông ấy số này chứ?

Biên tập viên thở ra:

- Tất nhiên là tôi biết tất cả những điều ấy. Nhưng đây, anh hãy đọc bản thảo này rồi sẽ hiểu vì sao tôi đề nghị như vậy!

Tập giấy đánh máy sạch sẽ chứng tỏ người viết khá cẩn thận. Thư ký tòa soạn lau mắt kính và bắt đầu đọc. Nửa tiếng đồng hồ trôi qua trong yên lặng của phòng biên tập. Hình như người đọc không chỉ đọc một lần. Sau cùng anh đưa trả tập bản thảo, nhấc kính ra đặt trên mặt bàn và trầm ngâm:

- Từ lâu tôi đã ao ước được đọc một truyện ngắn như thế này. Chưa bao giờ trong đời tôi, văn chương lại đầy cuốn hút bởi sự hấp dẫn, tính triết lý và cả giá trị nhân bản như những dòng chữ vừa rồi. Tôi sẽ đưa cho chủ nhiệm ngay hôm nay và sẽ thuyết phục ông ấy. À, mà nè. Tác giả đã không ghi địa chỉ. Anh có xem ngoài phong bì chứ?

- Tôi đã xem kỹ. Chỉ có tên người gởi, ngoài ra không có gì khác. Còn con dấu bưu điện thì đóng ở thành phố này.

Không địa chỉ? Của một nhà văn quen thuộc nào đó muốn thử chúng ta? Phong cách như vậy? Không, tôi chưa đọc được ở một ai trong số những người cầm bút bây giờ lối viết ấy! Càng không phải là tác phẩm đầu tay của một cấy bút trẻ! Văn phong già dặn, ý nghĩ sâu sắc lại gợi mở lạ lùng. Ông ta là ai?

Họ tranh luận bàn cãi với nhau thật lâu rồi cuối cùng thống nhất: Truyện đăng xong thế nào người viết cũng đến tòa soạn hoặc sẽ liên lạc bằng thư. Ít nhất là cũng để nhận nhuận bút. Lúc ấy thì tha hồ tìm hiểu!

Vậy là cái truyện được đăng bởi chủ báo kiêm chủ nhiệm là một người không mấy cứng nhắc trong vấn đề nguyên tắc và lại ông ta cũng đọc và đồng ý đấy là một truyện ngắn xuất sắc.

Rồi một chuyện chưa từng xảy ra đã xảy ra. Một giờ sau khi báo phát hành, tòa soạn nhận tới tấp những cú điện thoại phát biểu về cái truyện. Và cả tuần sau đó, hàng trăm thư đọc giả đã gởi đến. Tất cả mọi người, từ lãnh đạo đến nhân viên nhà báo đều khẳng định rằng họ chưa bao giờ được chứng kiến một cảnh tượng như vậy. Mỗi cú điện thoại, mỗi lá thư đều hỏi về tác giả ấy và luôn kèm theo những lời khen tặng nồng nhiệt. Thế nhưng chính tác giả của nó thì lại lặng im!

Cả ban biên tập, đúng hơn, tất cả mọi người trong cơ quan đều chờ. Đến cuối tuần, chẳng thấy ai tìm đến nhận mình là người đã viết ra những dòng chữ làm xôn xao dư luận. Họ quyết định đăng một dòng nhắn tin, mời tác giả đến tòa soạn báo để nhận nhuận bút và trao đổi. Hai ngày sau, cùng với những lá thư của độc giả tiếp tục gởi về, tòa soạn nhận được một phong bì như chiếc phong bì trước nhưng có thêm một lá thư viết tay. Lá thư chỉ vắn tắt:

"Xin cám ơn quý báo đã đăng truyện ngắn vừa rồi và xin gởi tiếp theo đây một truyện khác. Còn phần về tiền nhuận bút, tôi mạn phép tòa soạn chuyển giùm đến một cơ quan từ thiện nào đó! Thân ái!"

Vậy nghĩa là sao? Thư ký tòa soạn để bàn tay trái lên gáy theo thói quen khi gặp chuyện rắc rối, nhưng cái câu anh vừa buông ra thì chẳng có ai trả lời được thỏa đáng. Họ háo hức đọc cái truyện mới và cũng như lần trước, nó lập tức cuốn hút họ. Lần này thì không ai bàn cãi về chuyện đăng hay không đăng mà chỉ bàn về chuyện phải tăng lượng phát hành lên bao nhiêu.

Và hàng ngàn bản in thêm đã bán hết veo! Lại những cú điện thoại, những lá thư và những người đến tận tòa soạn để mua báo vì sạp báo bán lẻ lẫn đại lý phát hành đều chẳng còn! Không còn nghi ngờ gì nữa, chính cái truyện đã cuốn hút tất cả. Bằng chứng là mỗi cuộc trao đổi độc giả đều xoay quanh nó. Nhưng người viết thì vẫn im lặng đầy bí mật. Đúng là mọi chuyện đều không thể tưởng tượng ra được!

Tòa soạn đăng thêm một dòng nhắn tin nữa với lời lẽ đầy trân trọng. Họ nhanh nhạy biết rằng với một người viết như vậy mà trở thành cộng tác viên thường xuyên thì sẽ có lợi cho tờ báo biết bao! Và ai có thể ngăn cản "ông ta" (?) gởi bài cho báo khác ngoài chính thái độ của tờ báo?

Nhưng cũng như lần trước họ chỉ nhận được một cái phong bì! Thực ra cũng chẳng hề gì. Điều quan trọng là cái phong bì ấy vẫn có một cái truyện tuyệt diệu không thua kém gì hai cái trước. Còn vấn đề "người thật" rồi đâu sẽ ra đó. Những người có tài thường lập dị, nhưng rốt cuộc họ cũng trút bỏ cái áo khoác ấy và hiện nguyên hình họ là ai.

Đến khi cái truyện thứ ba được đăng thì giới phê bình bắt đầu lên tiếng. Có lẽ đây là lần đầu tiên trong giới cầm bút không có những ý kiến trái ngược nhau về chuyện đánh giá một tài năng. Lượng phát hành của tờ báo tăng thêm đáng kể, và bây giờ không chỉ có độc giả mà có cả phóng viên của các tờ báo khác tìm đến tòa soạn để hỏi địa chỉ của cây bút tài hoa ấy để phỏng vấn hoặc để xin bài. Họ có vẻ nghi ngờ khi được trả lời rằng người viết vẫn còn giữ bí mật về mình. Trong một nền kinh tế thị trường, điều nghi ngờ kia hoàn toàn có lý.

Nhưng làm như không chú ý đến dư luận, không chú ý đến cả những bài phê bình không tiếc những lời khen đăng trên khắp các mặt báo, những chiếc phong bì vẫn đúng hẹn, hai tuần một lần, gởi đến tòa soạn của tờ báo may mắn. Vâng! Bây giờ có thể gọi họ như vậy. Cứ nhìn số phát hành hoặc mặt mày rạng rỡ của ban biên tập tất hiểu!

Giờ đây, đi đến nơi nào có những người chịu khó đọc báo, chịu khó quan tâm một chút tới văn học là nghe người ta xì xào bình luận về tác giả ấy và những cái truyện đã đăng. Không ít những giai thoại đã bắt đầu dựng lên từ đó. Có người nhất quyết cho rằng đó là một nhà văn đã từng rất nổi tiếng trước kia nhưng do những bất mãn xã hội nên ông đành ẩn danh để luyện bút. Và bây giờ chính là thời cơ cho ông ta tung ra những tuyệt tác của mình! Người khác lại bảo rằng người viết không phải là đàn ông mà là một phụ nữ, rất bất hạnh về đường tình cảm. Để chứng minh họ đã đọc gần như thuộc lòng những đoạn viết về sự mất mát trong tình yêu và khẳng định: đó là những câu văn hay nhất trong những gì mà họ đã được đọc.

Huyền thoại vẫn là huyền thoại, nhưng dù sao nó vẫn xoa dịu phần nào những ẩn ức một khi sự thật chưa được phơi bày!

Đến cái truyện thứ mười thì từ người đọc rộng rãi cho đến các nhà phê bình đầy uy tín đều thống nhất với một kết luận: Đây không chỉ là một hiện tượng mà còn là một tài năng văn học vừa phát lộ bởi không một ai không nhận thấy rằng những gì mà tác giả ấy đã viết ra cho tới bây giờ đều là những mẫu mực, những kiệt tác trong cái mênh mông của biển cả văn chương!

Người ta nói xa gần về một tập truyện sẽ được các nhà xuất bản giành nhau ký độc quyền in, về một giải thưởng văn học toàn quốc... Chỉ có kẻ khuấy lên cái không khí ấy là vẫn biệt tăm.

Và... thực đáng buồn, sau cái truyện thứ mười, chiếc phong bì quen thuộc, thông điệp duy nhất gắn liền giữa thiên tài với đời thường cũng biệt tăm nốt.

Những độc giả, đã quen dần với quán tính nửa tháng một lần được thưởng thức món ăn tinh thần tuyệt diệu giờ cảm thấy hụt hẫng. Tất nhiên họ dùng đủ mọi cách để chất vấn tòa soạn. Cả ban biên tập vò đầu bứt tai vì không hiểu tại sao và vì tiếc rẻ. Cũng may, cái điều mà họ sợ nhất đã không xảy ra. Họ sợ gì ư? Họ sợ nhất là những chiếc phong bì ấy chuyển sang một tờ báo khác.

Những dòng nhắn tin với những lời lẽ tha thiết đến khẩn cầu được đăng trong tất cả các số báo phát hành. Bốn tuần lễ trôi qua, cuối cùng điều họ chờ đợi cũng đến. Gần như mọi người tranh nhau xé chiếc phong bì mà quên để ý nó nhẹ và mỏng hơn nhiều so với những chiếc họ đã nhận trước kia. Một tờ giấy rơi ra. Một lá thư. Không, họ cần một thứ khác. Nhưng cái còn lại chỉ là cái phong bì rỗng. Họ đành nhặt lá thư kia lên. Thư viết:

"Xin lỗi vì đã để quý vị chờ lâu nhưng tôi phải mở đầu ngay rằng tôi không phải là tác giả thật sự của những truyện ngắn mà quý báo đã đăng. Xin được giới thiệu cái điều mà quý vị đã từng yêu cầu: Tôi là một cán bộ thư viện, chính xác hơn là một chuyên viên về những thư tịch cổ. Chính công tác này đã giúp tôi khám phá ra một điều là con người đã nhanh chóng quên đi những gì mà tổ tiên, cha ông họ dày công viết ra.

Tôi quyết định chọn lựa một số văn bản mà tôi cho là tinh túy nhất nhưng đang bị mục dần trong kho lưu trữ và chỉnh lý lại bằng văn phong hiện đại nhưng vẫn giữ nguyên tinh thần của tác phẩm. Sau đó tôi gởi đến quý vị dưới dạng "truyện ngắn." Lẽ ra tôi phải công bố dưới dạng tài liệu cổ nhưng tôi tin chắc rằng, làm như vậy nó sẽ không thể nào đón nhận được một cách nồng nhiệt như nó đã từng được đón nhận!

Đúng! Đó là những tuyệt tác! Nhưng là những tuyệt tác bị lãng quên! Và tôi cảm thấy trách nhiệm của mình là phải trả lại nó cho tất cả mọi người với cách thức bất ngờ và hữu hiệu nhất! Cuối cùng, nhân danh những quan hệ tốt đẹp từng có giữa chúng ta, tôi mạn phép yêu cầu tòa soạn đăng lại lá thư này trên số báo gần nhất!

Thân ái!"

CON SẺ
HÓT TIẾNG HỌA MI

Anh dỏng tai, hết sức chú ý lắng nghe. Rõ ràng là tiếng họa mi. Lần này thì không thể nhầm lẫn nữa. Thật nhẹ nhàng anh rời khỏi giường, len lén đi về phía cửa sau, tai vẫn hết sức lắng nghe tiếng "đi gió" đặc thù chỉ riêng loài chim hót nổi tiếng này có được. Nép sau cánh cửa trên gác, anh nhìn về phía phát ra âm thanh ấy. Và đúng như anh nghi ngờ: trên một cây ăng ten truyền hình còn sót lại của nhà bên cạnh, "nó" đang đứng phồng cổ hót. Kỳ lạ thay, "nó" không phải là một con họa mi, nó chỉ là một con chim sẻ!

*

Anh đã có một thời mê chim hót như mê gái. Lúc đầu thích nghe tiếng chích chòe nên mua vài con "than" về nuôi. Sau đó muốn nghe giọng "suối reo, thác đổ" của rừng miền Đông anh lại mua thêm vài con "lửa" với những cái đuôi dài thậm thượt. Rồi khướu, rồi vành khuyên, sơn ca, yến hót... và cuối cùng dừng lại ở giống chim mà cả anh và những tay chơi kỳ cựu đều chung nhận xét: vua của các loài chim hót – họa mi!

Nói chung chơi chim, cũng như "chơi" những thứ khác, nó cũng có đầy đủ hỷ nộ ái ố của thú đam mê. Sáng sớm vọt xe đi mua cào cào, hửng nắng lên thì mang chim ra tắm, hốt cứt chim, tối trùm áo cho chim ngủ... thôi thì trăm thứ nhiêu khê khổ ải... chỉ để nghe được giọng hót mê ly của các... chàng (các loài chim mái phần lớn không hót, họa mi thì càng không).

Mà quả thật tiếng hót họa mi vô cùng đặc biệt. Với những giống chim khác nuôi lâu ngày, ví dụ như chích chòe, bạn có thể biết trước được giai điệu, tiết tấu, âm vực... mà con chim đang và sẽ hót, với họa mi thì không. Họa mi có thể bất ngờ vút lên một chuỗi âm thanh lảnh lót, sau đó hạ xuống một nốt trầm như vực thẳm, rồi tiếng "đi gió" trong những trưa vắng như thầm thì, nỉ non, ru ngủ... Nếu có nhiều lồng chim để cách nhau một khoảng cách vừa phải, và không nhìn thấy nhau, các con chim sẽ đua nhau trổ tài, và lúc ấy dù có thể hai, ba hoặc nhiều con cùng hót nhưng đó không phải là những âm thanh trùng lặp, hỗn loạn mà nó giống như một dàn nhạc đang hòa tấu một cách có chủ đích.

Buổi sáng họa mi thường cất tiếng rất sớm, khi những tia sáng đầu ngày chưa hình thành. Còn với riêng anh, tiếng chim chiều mới là tiếng hót hay thăm thẳm. Những buổi chiều khi nắng đã dần phai, lúc đó ngồi một mình anh có thể hoàn toàn chìm đắm vào âm thanh của đàn chim trong lồng. Tiếng hót lúc đó da diết một cách tổn thương. Ôi, tiếng chim trong lồng! Những âm thanh hoang dã hay chỉ là ẩn ức, đè nén trong ngục tù vàng son thừa mứa. Vậy sao anh không thả cho chúng bay xa?

Thực ra không thể thả một con chim đã nuôi lâu đến có thể cất tiếng hót trong lồng bởi khi ấy chim đã hoàn toàn phụ thuộc vào chủ. Một con chim cảnh sổ lồng cũng đồng nghĩa với việc sẽ mất mạng vì đói khát hay làm mồi cho đám mèo hoang rình rập trên những nóc nhà thành phố.

Nhưng rồi có một ngày anh đã ứa nước mắt thả gần hết đàn chim, trong đó có những con họa mi yêu nhất của mình. Anh nhớ hôm đó là một ngày chuyển mùa. Những cơn mưa cuối tháng tư bắt đầu xua tan cái ngột ngạt của những ngày nắng nóng phương nam. Anh chạy xe đi đâu đó qua những con đường ngập sắc đỏ của "cờ chiến thắng" trong một tâm trạng trống rỗng tuyệt vọng. Rồi anh dự tính ghé nhà một người bạn ở gần ga Sài Gòn, người bạn đó cũng là một bậc thầy về chim hót để mong giải tỏa bớt cái tâm trạng u uất của mình.

Thế nhưng ngay lúc đó anh nghe cái điện thoại trong túi mình đổ chuông. Cẩn thận tấp xe vào lề, lấy điện thoại ra và nhìn thấy tên người gọi là vợ mình. Bật điện thoại anh nghe tiếng cô hốt hoảng:

"Anh về mau, nguy rồi. Người ta đang tới bắt hết chim rồi anh ơi!"

Anh mau chóng hiểu ra mọi sự và quay đầu xe, phóng vùn vụt về nhà. Cả tuần nay báo chí nói về dịch cúm gia cầm và việc chính quyền thành phố sẽ tiêu hủy tất cả những vật nuôi có cánh trong khu vực nội đô. Nhưng anh và các bạn mình không nghĩ họ sẽ tiêu hũy cả chim cảnh vì không tin với điều kiện nuôi nhốt từng lồng riêng biệt và chăm sóc kỹ càng, chim cảnh có thể lây H5N1.

Khi anh về đến nhà, anh đã thấy lố nhố trước sân có rất nhiều người đàn ông trong đó có cả công an khu vực. Anh quăng xe, lao vào trong sân và bàng hoàng nhìn thấy họ đã lấy rất nhiều lồng chim của mình xuống, đặt trên mặt sân và đang bắt một số chim ra. Bày ra trước mắt anh là một cảnh tượng kinh hoàng. Một cái bao loại 50kg đựng vôi bột mở sẵn, trong đó đã có một số con chim của anh bị bẻ cổ, bẻ cánh nằm giãy dụa.

Gần như bất chấp sự đông đúc của những người xung quanh, anh lao tới những lồng chim vẫn còn xao xác tiếng chim hốt hoảng và giật tung cửa lồng, bẻ gãy các nang tre cho các cánh chim vút bay vào vùng tự do trước sự thảng thốt của đám người nhân danh thi hành công vụ...

Sau sự việc kinh hoàng ấy, anh buồn kinh khủng. Trong cái không khí hốt hoảng đầy huyễn tưởng của cả nước về một đại dịch kinh hoàng có khả năng xóa sổ hàng triệu người, anh cũng không chắc là hành động của mình hôm đó đúng hay sai nhưng bạn bè chơi chim của anh rất nhiều người đã phản ứng tương tự như vậy.

Một tháng rồi vài tháng trôi qua, đại dịch đã không xảy ra. Người ta đã bắt đầu ăn thịt gia cầm trở lại. Những ai kịp đem giấu các lồng chim cảnh vào một nơi bí mật nào đó giờ không thấy chính quyền đả động gì nữa lại rụt rè mang ra để nghe chim hót. Chỉ có bầy chim của anh là hoàn toàn tuyệt tích. Những con chim đã chết thì không nói, những con được tháo củi sổ lồng cũng tuyệt mù không biết số phận ra sao bởi anh biết Sài

Gòn không phải là vùng đất mà họa mi có thể sinh sống tự nhiên và sợ rằng những con chim kia đã làm mồi cho mèo hoang hoặc chết đói... Thế nhưng một buổi sáng, đang ngồi một mình uống cà phê quán cóc đầu hẻm thì anh thấy vụt qua mắt mình một đôi cánh chao sát xuống vệ đường. Rồi một con chim lao xuống, đuổi theo con gián đang bò trên nắp cống. Anh gần như đứng bật dậy nhìn theo. Đó là một con họa mi nhưng cực kỳ xấu xí vì ốm đói. Khi con chim nhảy lò cò đuổi theo con gián, anh nhìn thấy rõ nó run rẩy trong cơn tuyệt vọng vì miếng mồi đang dần tuột khỏi tầm mắt. Con gián đã chui tọt vào ống cống!

Anh quan sát con chim. Nó đã hoàn toàn trụi lông, giờ đây đầu nó nhô ra một cái sọ tròn như viên bi ngà ngà trắng. Lông bụng cũng rụng gần hết kéo dài đến đùi làm đôi chân khẳng khiu của nó càng ốm yếu. Có vẻ như nó đang kiệt sức. Thế nhưng khi anh tiến lại gần, nó cảnh giác vỗ đôi cánh xác xơ, bay lên bụi sơ ri rậm rạp của nhà bên cạnh. Anh trả tiền cà phê, vào nhà lấy xe chạy nhanh qua nhà người bạn và mượn một cái lồng bẫy sau đó ghé Ngã Sáu mua một bịch cào cào. Anh biết con chim đang kiệt sức vì đói và nó sẽ không bay đi xa. Đúng như dự đoán, khi nhìn thấy những con cào cào mơn mởn treo trên cành sơ ri, con họa mi ốm đói lao vào và sập bẫy.

Những ngày sau đó, bằng tất cả kinh nghiệm nuôi chim của mình, anh cố gắng cứu mạng sống của nó. Cào cào non, sâu qui, gạo trứng... liên tục được bồi dưỡng và con chim cũng dần hồi sức. Khi mùa mưa dần qua, nó đã có thể mở miệng hót lên vài giai điệu. Anh nghe tiếng hót rất quen, như thể nó là một trong những con chim anh từng thả ra, nhưng cũng không chắc chắn là hoàn toàn đúng.

Thế nhưng dù có bồi dưỡng toàn những món mồi béo bở cho chim, ngay cả chịu tốn tiền mua liu điu cho nó ăn hằng ngày, lông đầu và bụng của nó vẫn không thể mọc ra, thành ra có thể xem nó là một con họa mi cực kỳ xấu xí. Bù lại con chim càng ngày càng siêng hót và chừng ba tháng sau ngày nó được cứu sống và tiếp tục cuộc đời trong những nan lồng, nó bỗng dưng trở thành một con chim đặc biệt, khi mà bất kể lúc nào, trừ khi nó ngủ, hễ anh mở áo lồng ra là nó cất giọng. Mà cái giọng sau khi phục sinh này mới thật là độc đáo. Chỉ trừ khi nó nhấm nháp vài miếng mồi hay chút nước, còn tất cả thời gian hầu như nó dành để hót. Lên bổng, xuống trầm, du dương, réo rắt. Đôi lúc như tiếng thét gào, có khi chỉ là những âm thanh thầm thì... Cứ vậy, tiếng hót cứ tuôn ra từ cái mỏ nhỏ kia tưởng chừng như suối chảy, giờ này qua giờ khác, liên tu bất tận làm kinh ngạc tất cả những người sành sỏi về thú chơi chim.

Sợ con chim kiệt sức, anh chỉ có cách trùm kín áo lồng, đem treo vào nơi ít ánh sáng để nó ngỡ trời đã tối mà nằm im nhưng chỉ được vài bữa, ngay cả trong bóng tối nó vẫn cứ hót. Thật ra đôi khi đó không phải là tiếng hót, mà là những tiếng kêu gào lanh lảnh, như thể muốn thoát ra, tháo củi sổ lồng thêm một lần nữa hay là tiếng gọi đàn từ trong sâu thẳm của bóng đêm?

Khi đó vợ anh cũng vừa sinh đứa con đầu lòng, nhà thì chật mà tiếng chim lại cứ lảnh lót làm đứa bé cứ giật mình thảng thốt. Anh đang làm việc tại một chi nhánh của một tờ tạp chí, ông sếp, là một nhà thơ cũng dễ tính và chỗ thân tình, nên khi anh ngỏ lời muốn mang con chim tới treo tại chỗ làm, sếp gật đầu, còn nói: "Có tiếng chim cũng vui chứ sao."

Đến nơi ở mới con chim ít hót vài ngày làm anh cũng mừng nhưng rồi một tuần sau mỗi khi mở áo lồng là nó lại líu lo suốt buổi. Tòa soạn cũng khá rộng, nhân sự lại ít vì chỉ là một tạp chí chuyên ngành nên cũng không có vấn đề gì, thậm chí tiếng chim còn làm vui hơn, như ông sếp nói, cho những tâm hồn đôi khi khô cằn vì sách.

Một hôm có một nhà thơ từ hải ngoại về ghé thăm sếp anh để bàn chuyện xin giấy phép in cho ông ta một tập thơ phát hành trong nước. Anh có đọc nhà thơ này và đây là một trong những thi tài mà anh ngưỡng mộ. Ông đã rất nổi tiếng từ trước năm 1975 và sau khi sống lưu vong tại hải ngoại vẫn tiếp tục bền bỉ viết và cách tân thơ mình nên được rất nhiều bạn đọc mến mộ. Dĩ nhiên là anh rất vui khi được trực tiếp gặp gỡ và tiếp chuyện với một nhà thơ đã biết tiếng từ lâu.

Ông sếp, nhà thơ và anh nói chuyện rất thân tình. Đó là một người đàn ông khá điềm đạm, ăn nói nhỏ nhẹ. Đang lúc đó thì con họa mi cất tiếng. Nó bắt đầu bằng một tràng lảnh lót, sau đó chuyển giọng kim rồi trầm giọng thổ. Chỉ một mình nó nhưng như thể có vài ba con cùng hót.

Lồng chim treo ở hành lang khá gần nên làm khách chú ý. Nhà thơ dừng nói, im lặng lắng tai nghe. Con chim vẫn cứ mê mải hót, chắc nó không hề biết mình vừa cắt ngang một cuộc đàm luận thanh cao về tương lai của nền thi ca dân tộc.

Nhà thơ bỗng hỏi: "Tấn (tên sếp anh) nuôi con chim gì mà hót hay vậy?." Sếp nhìn qua anh: "Dạ, chim của Bình nuôi, không phải của em." Nhà thơ nhìn anh: "Hót hay quá, chim gì vậy Bình?." "Dạ, là họa mi đó anh."

Anh trả lời nhà thơ, lòng hơi hụt hẫng chút xíu vì anh nhớ từng đọc một bài thơ của chính ông nói về tiếng chim họa mi. Hóa ra ông cũng chỉ là tưởng tượng chứ chưa nghe tiếng họa mi bao giờ. Chim vẫn hót, nhà thơ vẫn say sưa nghe, anh và sếp ngồi yên, không biết nói gì. Rồi nhà thơ bỗng đề nghị: "Hay là Bình mua giúp anh vài con như vậy, anh lén đem về Mỹ nuôi nghe nó hót chơi."

Anh suýt phì cười vì sự ngây thơ của nhà thơ. Đem một con chim hoang dã từ khu vực có cúm gia cầm về Mỹ. Có mà ở tù mục xương.

Sau chuyến thăm của nhà thơ một thời gian, một sáng thứ hai anh đến tòa soạn làm việc như thường lệ. Hôm đó anh được giao biên tập một cuốn sách nên mê mải làm đến gần trưa mới giật mình nhớ là không hề nghe tiếng chim quen thuộc. Khi anh vội vã ra hành lang, nhắc cái lồng xuống thì thấy con họa mi đã nằm cứng đơ trên tấm lót đáy lồng. Chắc nó chết từ đêm qua. Hai bên mép ứa máu đầy kiến bu...

*

Đã gần mười năm trôi qua. Giờ anh đã thôi làm việc tại chỗ cũ và cũng dời nhà ra một quận ngoại thành. Hai đứa con ra đời, lớn lên, học hành... đã làm anh không còn thời gian cho thú chơi chim xa xỉ. Thỉnh thoảng đi ngang qua những tiệm bán chim cảnh, anh dùng dằng chạy xe thật chậm, tai vểnh lên còn lòng bồi hồi khi nghe những âm thanh quen thuộc.

Nhưng cũng như tình yêu, có sâu đậm mấy lâu dần rồi cũng quên, anh không còn có ý muốn khi rảnh rỗi lại mua chim về nuôi nữa, cho đến những buổi trưa vừa qua, khi lại nghe tiếng "đi gió" của loài chim một thời anh đắm say...

Anh tưởng đó là một con họa mi sổng chuồng của ai nhưng cuối cùng phát hiện ra nó chỉ là một con chim nhại. Lại cũng như tình yêu văn chương, cái hay của thiên hạ không phải cái hay của mình khi lặp lại. Anh vung tay, liệng viên gạch vỡ. Con chim bay vụt đi. Anh chẳng còn tâm trạng tò mò cũng như hứng thú nghe nó hót nữa. Dù tiếng "đi gió" đó giống đến nỗi làm lòng anh cồn lên bao ký niệm nhưng đó chẳng qua chỉ là tiếng nhại giọng của một con chim sẻ...

LÀNG LẠ

Chiếc tàu nhỏ chở khách du lịch đang xuôi theo dòng nước của con sông rộng bỗng chựng lại, rồi máy tàu gầm lên như muốn tăng tốc. Cô hướng dẫn viên yên lặng nãy giờ bỗng bật nói: "Quý khách chú ý, chúng ta đang tiến vào địa phận của một ngôi làng rất đặc biệt. Chúng ta sẽ ghé lại để quí khách tham quan nhưng lưu ý đây là ngôi làng rất đặc biệt!"

Có lẽ cụm từ "rất đặc biệt" được nhắc lại hai lần trong một câu nói ngắn đã làm nhiều du khách chú ý. Họ như tỉnh cơn buồn ngủ vì tốc độ chạy tàu rì rầm nãy giờ và nhất loạt nhìn về phía hai bờ con sông. Cũng không có gì đặc biệt khi hiện ra dưới bóng những hàng dừa, bụi tre là những ngôi nhà lá tuyềnh toàng, một vài khoảnh ruộng với con trâu và người nông dân áo nâu. Thế nhưng khi ánh mắt du khách vượt qua một đoạn đường quê, bỗng hiện ra một khoảng trống khang trang, có những dinh thự lớn. "Chúng ta sẽ ghé tại đây một vài giờ để quí vị tìm hiểu phong tục và sản vật địa phương"- cô hướng dẫn viên lại lên tiếng và chiếc tàu du lịch bẻ lại, hướng mũi và một cầu tàu có cắm hai dãy cờ đuôi nheo đủ màu phấp phới.

Tàu cập bến, du khách lần lượt lên bờ. Bất chợt họ nhìn thấy trên con đường trải đá dăm một đám tang đang di chuyển về phía bến tàu. Đám tang đã đến gần nhưng tiếng cười đùa của đám thanh niên làm du khách ngạc nhiên. Có sáu người đàn ông khiêng một chiếc quan tài lớn và phía sau khá đông người đi tiễn nhưng nhìn mặt không thấy ai lộ vẻ u buồn. Một du khách đứng tuổi, có lẽ từ nước ngoài về tò mò tách đoàn du lịch, bước theo những người đưa tang làm một cuộc "phỏng vấn" được ghi lại như sau:

- Xin lỗi chị, chị đi đưa tang?

- Đúng rồi! Người chết là anh trai tôi!
- Xin lỗi chị, nhưng nhìn chị không có vẻ đau buồn. Có thể cho tôi biết vì sao anh của chị qua đời không ạ?
- Anh tôi mất vì ăn no, và chết trong bồn tắm!
- Ô, vậy à. Tại nhà của anh ấy?
- Không, tại cơ quan công quyền. Chúng tôi được cho biết là anh ấy bị tạm giữ. Anh được cơ quan bảo vệ pháp luật ân cần mời ăn trưa, ăn no anh ấy lại được mời vào phòng tắm và xui xẻo là anh ấy bị chết đuối. Cơ quan điều tra họ thông báo vậy và chúng tôi tin chắc là vậy!
- Trời! À, xin lỗi... Vậy giờ gia đình đưa anh ấy ra... nghĩa trang?
- À, chúng tôi đưa ra Ủy ban trước để cám ơn chính quyền đã truy tặng anh tôi chức hiệp sĩ và hỗ trợ một số tiền khá lớn. Vì vậy gia đình vui lắm!

Cuộc "phỏng vấn" bị đứt đoạn tại đây, có lẽ do lúc đó du khách bị chen lấn quá dữ khi đám tang bắt đầu tiến vào sân Ủy ban. Vừa qua là phần âm thanh, giờ chúng ta cùng tiếp tục theo chân người khách tò mò này qua những ghi chép của ông ta...

"Cô hướng dẫn viên nói rằng chúng tôi có thể tự do đi lại và cô ấy muốn ngủ một chút trong khi con tàu nằm đợi dưới bến. Chúng tôi đồng ý và thử thăm thú vài nơi ngôi làng đặc biệt vừa gây ấn tượng với cái đám tang vui nhộn này. Sau khi lướt qua những dinh thự khang trang mang bảng công quyền, chúng tôi theo con đường chính dẫn vào làng. Đường sá quá tệ, lầy lội nhưng có gắn nhiều biển mang chữ "chào mừng" các sự kiện nổi bật trong địa phương.

Có một cái chợ tồi tàn ngay trên lối đi, vài gian hàng bày bán trái cây. Một khách nữ trong đoàn muốn mua vài ký xoài nhưng không hiểu sao cô lại cãi cọ với người bán. Tôi bước lại xem sự tình thì được biết cô có đem theo một chai nước suối loại 500ml chưa dùng, nghĩa là nó nặng hơn 1/2kg kể cả vỏ chai. Thế nhưng khi cô để lên cái cân của người bán xoài để so sánh thì nó nặng 2kg, vì vậy cô không đồng ý mua 4kg xoài mà cô cho rằng nó chỉ nặng có 1kg này. Cuộc mua bán bất thành và may là không có xích mích gì lớn.

Chúng tôi đi qua một cái trường học rách nát mà tôi chỉ nhận ra nó qua tấm bảng ngoài cổng trường và những đứa trẻ đang hát đồng ca. Những đứa trẻ ở đây đặc biệt gầy ốm nhưng mắt sáng ngời rạng rỡ đang gân cổ (chữ dùng này theo nghĩa đen, nghĩa là nhìn thấy rất nhiều đường gân trên cổ các em) hát một bài ca tụng một vị lãnh đạo đã quá cố.

Qua khỏi ngôi trường, có một cái trạm xá nhỏ có dấu hiệu chữ thập đỏ nhưng người ta lèn chặt nhau trên giường bệnh và cả sân trạm xá nên chúng tôi không dám bước vào. Sau cái trạm xá đó là những khoảng ruộng, vườn nhưng cảnh vật rất buồn tẻ. Không còn gì để xem, chúng tôi quyết định quay về tàu và gần như không tiêu tốn xu nào..."

Tôi, người viết lại cái truyện nho nhỏ này, hỏi ông bạn từng là du khách:

- Vậy thôi sao ? Anh có thấy nó quá đặc biệt hay bị cô hướng dẫn viên lừa?

Ông bạn tôi cười :

- Hihi, chắc bị lừa. Vì cô ta là người dân làng này !

- Sao anh biết ? Cô ta thú nhận vậy ?

- Ừ, thấy cô ta trẻ trung, nói năng cũng lưu loát, tôi muốn mời cô ta về làm việc cho công ty du lịch của tôi (quên kể ông bạn tôi đi du lịch để nghiên cứu thị trường) nhưng cô ta không đồng ý.

- Cô ta nói sao ?

Người bạn lại cười vang :

- Cô ta trả lời : Không, tôi chẳng dại. Chúng tôi đang sống một nơi hạnh phúc nhất thế giới và nói về quyền làm chủ thì gấp triệu lần hơn những ngôi làng khác! Mà ông là ai ? Đi du lịch sao hỏi nhiều vậy ? Là gián điệp hay thế lực thù địch đây?

BỌ NGỰA

Ông chọn quán cà phê đó vì nhìn thấy cái hàng rào gỗ sơn trắng viền quanh mặt tiền. Có lần cô đã nói "Em thích những căn nhà có hàng rào gỗ." Ông gọi cho cô, nghe ông nói tên đường, cô trả lời "Em không biết con đường đó." Ông phì cười "Đường ra sân bay mà không biết sao? Em quẹo phải, quán cà phê 2D."

Ông ngồi ở một cái bàn sát hàng rào, gần cổng. Quán đầy bóng cây, ánh đèn không sáng lắm và thưa khách. Có một chùm hoa bò cạp vàng đang nở lẫn vào những trái châu đủ màu nhưng nhiều nhất vẫn là những giò phong lan, được treo khá lộn xộn. Có vẻ chủ quán mê hoa lan, nhưng chưa phải là một tay tài tử có hạng. Dưới ánh đèn có thể thấy rất nhiều chủng loại lan, từ hồ điệp, cattleya, dendro và cả ngọc điểm, phần lớn không ra hoa hoặc chỉ còn những cuống hoa...

Khi cô đến ông đã uống gần xong ly cà phê của mình. Ông chú ý nhìn cô đi từ bên ngoài vào. Đã tám tháng kể từ ngày ông và cô ngồi cùng nhau trong một quán mì quảng. Cô đã ốm đi nhiều nhưng vẫn là cái nét thanh mảnh chứ không tiều tụy. Cô điềm đạm ngồi xuống chiếc ghế đối diện. Ông nhìn cô cười cười bởi nghĩ rằng chẳng có một cơn giông tố nào đang đến...

Người phục vụ đến. Cô yêu cầu một ly cà phê đá và thoáng nhìn ông. Khi còn hẹn hò nhau, ông thường tỏ ra một chút gia trưởng khi không cho cô uống càphê buổi tối nhưng giờ thì ông chỉ nhìn cô mỉm cười. Ông im lặng hút thuốc, cô im lặng khuấy cà phê. Một lát sau, cô dùng tay chạm nhẹ vào tay ông, nói nhỏ:"Cuối năm em sẽ làm đám cưới." Ông gật đầu, phun khói thuốc mịt mù. Bỗng nhiên ông nhìn thấy những giọt nước mắt bắt đầu rơi trên má cô. Ông hỏi, thật dịu dàng: "Sao lại khóc, em nói muốn gặp anh mà!"

Cô: "Lee yêu em nhiều, em cảm thấy có lỗi với ông ấy." Ông: "Em cũng nói là yêu Lee, anh nghĩ hai người hợp nhau mà." Cô: "Em thật sự chỉ muốn sống ở Sài Gòn, em không muốn qua Hàn, nhưng ông Lee sắp hết thời gian giảng dạy tại đây. Ổng muốn làm đám cưới trước khi về nước." Ông: "Có vấn đề gì sao? Em nói Lee đã li dị từ 10 năm trước?." Cô: "Vấn đề là ở em. Ba tháng nay em hoàn toàn mất ngủ. Em bị ám ảnh một điều gì đó, vậy nên em muốn gặp anh một lần..."

Ám ảnh?

Thời gian đầu hẹn hò ông nhớ có lần hỏi cô: "Em có muốn giữ gìn theo truyền thống?." Cô hiểu ngay câu nói, tròn mắt nhìn ông: "Truyền thống? Anh khùng vừa thôi!"

Vấn đề là cô rất hứng thú với chuyện hai người trần truồng ở trên giường nhưng ông lại không thể vượt qua được "khe cửa hẹp" vì cô nói rằng mình bị đau ghê gớm khi cố làm chuyện đó. Và trong một tích tắc của sự toan tính, ông từng nghĩ hay là cô muốn giữ gìn bởi biết rằng cuộc tình này rồi sẽ kết thúc mà không đi đến đâu, bởi chính họ biết rõ rằng mình không thể vượt qua những rào cản để thuộc về nhau?

Thời gian yêu nhau, từ ngày môi chạm vào môi lần đầu cho đến ba tháng sau, họ vẫn hẹn hò nhau ở những quán cà phê và đôi khi là khách sạn nhưng vẫn chưa thể có một lần làm tình trọn vẹn. Sau lần hỏi cô câu ấy, một tuần sau, khi vừa khép cửa, cô đã hỏi ông: "Người say không biết đau hả anh?", ông ngạc nhiên nhìn cô, cô tiếp tục: "Một lần ba em say, ổng té tét đầu máu chảy dầm dề nhưng vẫn ngủ khò khò. Sau đó thức dậy nói hổng biết đau gì hết." Thấy ánh nhìn của ông, cô lại nói, không cảm xúc: "Bữa nay em sẽ uống ba lon bia, khi đó chắc là em say không biết gì nữa rồi, em sẽ không đau, rồi anh cứ yêu em, em nghĩ một lần là xong..."

Ông ôm chầm lấy cô, miệng đắng nghét một cách bất ngờ. Ngay lúc đó ông biết tình yêu cô dành cho mình trong thời gian này là tuyệt đối tận hiến. Buổi hẹn hò lần đó dù ông không đồng ý, cô cũng mở tủ lạnh, lấy ra một lon bia, bật nắp và uống. Nhưng cô chỉ uống được vài ngụm thì nhăn mặt, nói không thể tiếp tục, vừa nói "em không thể tiếp tục" vừa khóc, vừa uống tiếp. Ông dằn lấy lon bia, hợi mạnh tay khi ôm cô vào lòng, xoay mặt cô lại nhìn thẳng vào mắt mình, nói: "Thôi, đừng có khùng nữa. Em mà say lát anh không đưa về!" Chỉ nửa lon bia cũng làm mặt cô đỏ bừng, cô lại khóc, cười rồi đứng lên, tự thoát y, lại lao vào lòng ông. Nhưng ngay cả hôm đó ông vẫn không thể đi vào cô được. Cô gần như hét lên khi ông cố gắng xuyên phá và ông đã dừng lại...

Nhưng lần hẹn hò sau chính cô đã quyết định vấn đề. Khi họ đã hoàn toàn thỏa mãn với chuyện vuốt ve nhau, cô đã chủ động để ông đi vào người mình. Hai gót chân cô đặt chắc xuống nệm và ưỡn người lên trong một tư thế dứt khoát. Khuôn mặt cô không hề tỏ ra sự đau đớn nào ngoài một nếp nhăn mờ trên vầng trán 19 tuổi. Ở phía trên, ông nhìn thấy mình đi vào người cô một cách khó khăn từng chút một, và chuyện đó giống như một đoạn phim quay chậm vĩnh viễn ăn sâu vào trí nhớ ông sau này. Khi họ đã hoàn toàn gắn kết với nhau, ông cảm giác như từ cô có một lực hút rất mạnh làm sự sung mãn như dồn dập lên, nhưng cô đã thầm thì vào tai ông: "Đừng động đậy anh, em muốn anh nằm im, em sẽ không chịu đựng nổi." Ngay lúc đó sự tập trung vào chuyện quan hệ của ông đột ngột biến mất khi nhìn thấy từ thái dương của cô cho đến nơi chân tóc mai những giọt mồ hôi rịn ra lấm chấm, và từ trong hai khóe mắt hai giọt lệ dần hình thành rồi đôi mắt đẹp bắt đầu ràn rụa nước. Ông chuyển mình, áy náy muốn rời khỏi cô nhưng cô đã vòng tay ôm chặt ông thổn thức: "Đừng anh, em muốn anh ôm em"...

"Vì sao em bị ám ảnh? Về chuyện gì?"

"Em không biết! Em mất tập trung, gần như không thể ngủ được vào ban đêm. Một bác sĩ tại phòng khám đã khuyên em đi điều trị tâm lý."

"Em có nghĩ... về anh?"- Ông buồn rầu hỏi.

"Không phải là luôn luôn, nhưng có, không biết sao em nhớ hoài cái đêm mình ngủ ở Cần Giờ."

Ông nhìn vu vơ ra ngoài đường, tầm mắt ông vướng vào những giò phong lan. Ông không nhớ có gì đặc biệt trong đêm ở cái thị trấn u buồn đó. Bờ biển đen ngòm những tạp chất, vỏ sò, cát, bùn... đều đen. Buổi tối hầu như du khách đều về lại Sài gòn và cả một vùng nước tối đen trước mắt và phía xa là ánh đèn của thành phố Vũng Tàu bên kia vịnh Gành Rái.

"Sao em lại nhớ cái đêm đó?"

"Em không biết. Nhưng giờ đây em rất sợ khi ngủ một mình. Khi vừa chợp mắt, em thấy anh ngồi đó..."

Cô khóc không thành tiếng, những giọt nước mắt lăn dài trên gò má xanh xao. Cô hỏi ông có đem khăn giấy không, ông lắc đầu, định gọi người phục vụ nhưng cô đã đưa tay làm cử chỉ ngăn lại và dùng tay áo khoác chùi nước mắt...

"Em nhớ đêm hôm đó, chính xác là gần sáng, khi tỉnh dậy nhưng vẫn làm như đang ngủ em nhìn thấy anh ngồi, không ngủ vì vẻ mặt anh rất tỉnh táo, anh ngồi đó và nhìn em..."

"Ừ, thì sao, anh có ngồi..."

"Anh nhìn em, nhưng ánh mắt đó kỳ lạ lắm, em cứ nghĩ đó như không phải một người đàn ông nhìn người yêu mình đang ngủ, ánh mắt đó, ánh mắt đó... em không thể nói đó là gì..."

"Đừng nghĩ ngợi nhiều, đêm đó anh cũng nhìn em ngủ bình thường thôi..."

"Không... không phải. Lee chưa bao giờ nhìn em như vậy, chưa một ai trên đời nhìn em như vậy... Cho nên em mới muốn gặp anh một lần nữa..."

Ông quay ánh mắt nhìn về phía cô, ông nhớ mình đã nhìn cô như thế nào đêm hôm đó nhưng không muốn lặp lại. Thời điểm đó đâu chừng 5 giờ sáng. Ông thức dậy đã khoảng 30 phút ngồi nhìn cô và chìm đắm trong ý nghĩ lạ lùng bởi chẳng biết giải thích vì sao lại có sự kết hợp điên cuồng giữa cô và ông... Ông nghĩ về cô con gái duy nhất của mình giờ đã ra đi với mẹ nó...

"Thôi em về đây, số điện thoại gọi đến là số mới của em, anh lưu lại đi, em sẽ không chạy trốn nữa..."

"Đợi anh đưa em về..."

"Không cần anh, Lee nói sẽ chờ em tối nay, anh ta cũng ghen ghê lắm."

Ông thở dài, đứng dậy đi theo cô ra trước sân quán, nhìn cô cài lại áo khoác, ngồi lên yên xe...

"Chắc đến chết, em cũng không quên được ánh mắt anh!"

"Anh xin lỗi"

"Em về đây, anh cũng đừng ngồi lại quá khuya"

...

Ông trở lại chỗ ngồi của mình nhìn qua hàng rào của quán. Bỗng nhiên ông nhớ lại câu chuyện vừa xảy ra tuần trước tại mảnh vườn bé nhỏ của mình. Một lần chạy qua khu vực bán thức ăn cho chim, ông đã đem về một con bọ ngựa và thả trên giàn treo phong lan sau nhà. Chú bọ ngựa non được giải thoát từ bịch nilon cào cào, chờ làm mồi cho chim có vẻ bằng lòng với nơi ở mới vì vừa được tái sinh. Nó lớn rất nhanh. Chỉ vài tuần là đã ra dáng một anh chàng hung hăng háu đá. Nhìn nó ông rất vui, đôi khi ông còn tặng nó vài con sâu nhỏ thường sinh sôi trên các cụm rau tự trồng...

Một buổi sáng ông nghe tiếng vỗ cánh xòe xòe và nhìn thấy một con bọ ngựa lớn gấp đôi đáp vào cành lan. Ông hơi chột dạ vì biết đó là một con cái và cũng biết tập tính của loài bọ ngựa là ăn thịt đồng loại... Ông nghĩ mình phải đuổi con bọ ngựa to lớn kia đi nhưng rồi không thực hiện ý định đó...

Một vài ngày trôi qua, vẫn không có chuyện gì xảy ra. Hai con bọ ngựa vẫn ở trên hai giò lan khác nhau và hình như chúng không quan tâm gì nhau cả tháng trời sau đó... Rồi một buổi sáng, khi tưới lan ông nhìn thấy xác con bọ ngựa mất đầu rơi trên nền sân thì cái cảm giác mất mát đã không còn nữa. Nó thật tĩnh lặng khi ông cúi xuống nhặt xác người bạn của mình, nhẹ nhàng cho vào bao nilon như đã chờ đợi sẵn... và cũng tĩnh lặng như vậy vào tuần trước, khi ông nhìn thấy trên những cành lan rất nhiều con bọ ngựa non bằng con kiến vàng bắt đầu lớn...

Ông liếc nhìn đồng hồ, cầm chiếc điện thoại của mình lên... Cô đã tắt máy.

BÃO MAGIC

Họ đang chơi trò "con thỏ" trên chiếc giường rộng 4x4m khi cơn bão Magic vượt qua cửa biển tràn vào thành phố. Thực ra Marilyn không thích mấy tư thế này, nàng thích trò "cưỡi ngựa" hơn. Vì chiều Thân nàng thỉnh thoảng "cho phép" chàng chơi trò con thỏ. Lần đầu tiên gặp nàng tại quán bar Lalan, cái đập vào mắt Thân là đôi mông tròn trịa, nảy nở của nàng. Ngay từ cái giây phút đầu tiên ấy, Thân đã nghĩ đến chuyện được ôm lấy nàng từ phía sau và làm chuyện ấy.

Khi chàng đạt được cái ao ước đó thì nàng cũng thổ lộ ao ước của mình. Nàng bảo mình chỉ muốn có một cái giường cực rộng, cỡ 4mx4m. Và vượt qua nhiều trở ngại, bằng một nỗi si mê cuồng dại và hai dòng máu có khí chất điên điên, căn nhà của họ cũng được xây lên. Nó được Tùng, một "họa sĩ thị giác", bạn thân của Thân thiết kế, đương nhiên điểm nhấn là căn phòng ngủ thênh thang của họ, nơi có chiếc giường 4x4m.

Như đêm nay, dù cơn "siêu bão" Magic có tràn về theo chu kỳ 101 năm thì trong căn nhà vững chãi và trên chiếc giường to ngoại cỡ, chàng vẫn có thể yêu nàng như những con thỏ đang kỳ động dục.

Khi đã thỏa mãn, nàng chợt cười khúc khích:

- Em nghe nói các bậc đế vương đều nằm trên những chiếc giường rất rộng, ví dụ như bạo chúa Nero, Napoléon hay Mao Trạch Đông. Em chỉ ao ước được cùng anh trên chiếc giường như vậy. Em chỉ thấy thương anh chàng Bill...

- Bill nào?

- Bill Clinton... tiểu đế! Nàng lại cười hihi.

- Sao vậy?

- Vì nhà ông này chắc chỉ có 2 chiếc giường bé xíu. Một dành cho cô con gái và một cho cả hai ông bà. Khi Hillary nổi cơn thịnh nộ về vụ Monica thì chàng Bill phải ra nằm ở sô pha ngoài phòng khách, hồi đó em đọc báo nói như vậy. Nghĩa là nếu cái giường của họ rộng cỡ 4x4m, thì em nghĩ ông ta chẳng cần nằm trên sô pha...

Thân giấu mặt sau gối mỉm cười. Chàng nhớ lại cái ngày mình xách valy về lại quê nhà sau hơn hai mươi năm ở nước ngoài, điều đầu tiên chàng cảm nhận là thành phố của tuổi thơ xưa giờ tràn ngập hàng Tàu mà ấn tượng nhất là những chiếc xe máy rẻ tiền phóng vù vù trên đường phố. Cũng chính vì cái ấn tượng đó mà lòng Thân buồn vô kể, đến nỗi sau khi về quê thăm người dì xong, chàng nghĩ chắc mình sẽ quay về Mỹ ngay lập tức, nếu như định mệnh không xui khiến cho chàng gặp Marilyn...

Quê Thân ở cặp sát với sông Hậu, gia đình chàng nổi tiếng giàu có từ đời này qua đời khác bằng nghề buôn bán gạo. Ba chàng kể, từ thời thuộc Pháp, ông nội Thân đã là tay buôn gạo cự phách trong vùng. Trước năm 1975, đội "ghe chài" chở gạo của cha Thân có chừng vài mươi chiếc và ba nhà máy xay xát lớn đặt tại ngoại ô thành phố Cần Thơ.

Thời thế đổi thay, chỉ một thoáng chốc tất cả đều tan như những bọt nước trên sông... Từ năm 1976, với chủ trương "đánh tư sản mại bản" của chế độ cộng sản, gia sản nhà Thân bị tịch thu gần hết, chỉ còn lại mảnh vườn nhỏ của ông bà xưa để lại.

Sống lây lất vài năm, cha chàng gom góp hết số vàng còn lại tìm cách vượt biên. Ông móc nối với một vài Hoa kiều ở Chợ Lớn và tin tưởng bỏ hết vốn vào cuộc chơi sinh tử. Thế nhưng ông đã bị một vố lừa cay đắng và hoàn toàn trắng tay. Sau lần đó ngoài căm thù cộng sản ông còn căm thù tất cả người Hoa mà ông gọi một cách khinh miệt là "bọn Chệt."

Nhưng với quyết tâm rời bỏ đất nước, giờ đây hoang tàn dưới tay người cộng sản vì chính sách "ngăn sông cấm chợ", ông vẫn tìm mọi cách để vượt biên. Ông ra tận đảo Phú Quốc, bằng mọi cách có thể và cùng với những người chung một chí hướng, chấp nhận đóng một chiếc ghe nhỏ bằng gỗ tạp, sau đó chỉ mang một mình Thân, đứa con trai út của ông theo.

Từ Phú Quốc, nhờ có một người, nguyên sĩ quan hải quân Việt Nam Cộng Hòa biết sử dụng hải bàn đi cùng, họ nhắm hướng Thái Lan ra khơi. Lần này may mắn đã đến. Chiếc ghe nhỏ bằng gỗ xoài, tưởng không thể cầm cự với những cơn sóng trung bình, lại gặp được một tàu hải quân kéo cờ Hoàng gia Anh cứu hộ và đưa thẳng vào hải phận Thái Lan. Tiếp theo đó là những ngày gian khổ, tủi nhục sống trong các trại tập trung dành cho người tị nạn trước khi Thân và cha mình được nhận vào Anh và sau đó sang Mỹ định cư...

— Anh, hình như cơn bão này ghê lắm!

Tiếng Marilyn cắt ngang dòng hồi ức của Thân. Chàng quay người lại, nhìn lên tivi. Trên màn hình, ông chủ tịch thành phố mặc bộ vest đen, khuôn mặt u sầu đầy mụn của ông ta, cùng với bộ áo nghiêm trang trông như một bức chân dung kỳ quái. Ông chủ tịch chậm rải đọc một thông báo, rằng thì là toàn thể cư dân thành phố phải chuẩn bị tốt nhất để đối phó với "cơn bão thế kỷ" đồng thời kêu gọi mọi người nghiêm túc chấp hành lệnh sơ tán. Sau đó mục "dự báo thời tiết", dẫn lời các chuyên gia về đường đi kỳ dị của cơn bão, đúng với cái tên Magic của nó. Họ cho rằng cơn "siêu bão" này chắc chắn sẽ gây ra những thảm họa khôn lường.

Thân cũng cảm nhận một điều gì đó đang tới. Nằm trong căn nhà kiên cố, họ vẫn nghe tiếng mưa đập ầm ầm ngoài kia. Thế nhưng lúc này Marilyn thì lại thấy thích thú, cô cho rằng mình đang sống trong một nơi vững vàng như pháo đài, một nơi mà bất kỳ tình huống thời tiết nào cũng không thể xâm hại.

Bản thân Thân cũng nghĩ vậy. Anh đã gần như dành hết số tiền mình kiếm được ở xứ người để phụng hiến cho tình yêu mê cuồng khi xây dựng căn nhà này. Họ đã thống nhất mua một lô đất rộng, đúng hơn là một đám ruộng có diện tích 20 x 30m tận bên kia dòng sông để tiến hành xây dựng tổ ấm của mình. Không một cư dân địa phương, hay bất kỳ ai đi ngang qua mà không cảm thấy lạ lùng với căn nhà của họ. Nó được xây gần như vuông vức giữa khu đất sau khi đã san lấp xong. Nhìn lùi một chút, nó gần giống như một lăng mộ, và ngay cả cách bố trí các phòng bên trong cũng vậy. Thế nhưng chẳng hề gì, vì cả Thân và Marilyn đều thích khi nhìn bản vẽ phối cảnh căn nhà do họa sĩ Tùng thực hiện, chỉ trong một tuần sau khi được yêu cầu.

Từ ngày gặp Thân, Marilyn đã bỏ làm tiếp viên rót rượu ở quán bar Lalan, thế nhưng nàng vẫn giữ cái tên "tây" của mình khi xưng hô. Thân biết, cái nhìn dung tục đầu tiên đã kết nối họ nhưng chính mối dây nghệ thuật ràng buộc họ. Chàng giờ là một họa sĩ, dù chỉ mới cách nay 2 năm, tại Mỹ, chàng là một tay làm nail chuyên nghiệp. Cũng như nàng giờ trở thành nhà văn, dễ dàng in một loạt tập sách và được tung hô trên báo miễn có tiền nhét tay đám phóng viên.

Ở cái đất nước điên rồ này mọi chuyện đều có thể, ví như căn nhà của họ. Lúc đầu Thân nghĩ rằng sẽ chẳng ai cho phép chàng xây như vậy. Thế nhưng Tùng và Marilyn cười hehe vào mặt chàng, bảo rằng tiền giải quyết được mọi việc, dù Thân có muốn xây một cái Kim Tự tháp tại đây, vấn đề là chàng có đủ tiền để tống vào những cái mõm chó kia không. Và đúng vậy, sau khi thỏa thuận về giá cả chung chi và trả ngay một cách sòng phẳng, trong suốt thời gian thi công xây nhà, chẳng hề có một "lực lượng" nào dòm ngó, dù đây quả là một căn nhà có một không hai trong cái thành phố ngổn ngang này.

Marilyn liên tục bấm điều khiển chuyển kênh để tìm thông tin cập nhật về cơn bão. Nàng không sợ nhưng nàng thích thú với nó trong một cảm giác ích kỷ khi xác tín về thái độ an toàn tuyệt đối của mình. Nhờ yêu Thân, chấp nhận chung sống với chàng mà chỉ trong một thời gian ngắn nàng đã rời bỏ được cái nơi chốn đầy mùi rượu và mùi đàn ông, nhất là mùi chua chua, nồng nồng của bọn Tây sau khi nốc rượu cùng với những trò cấu véo thô bỉ của đám già dịch Châu Á....

Marilyn cũng xuất thân từ miền đồng bằng phía tây, không xa nơi chôn nhau cắt rốn của Thân là mấy. Và cũng giống như rất nhiều cô gái miền tây, nàng đã rời quê hương, mong tìm một nơi chốn có thể đổi đời để tránh xa miền quê đầy những thằng con trai chưa lớn đã biết nhậu mà giải pháp đơn giản nhất là lấy chồng ngoại, cụ thể là lấy mấy lão già hay người tàn tật, thiểu năng trí tuệ của Đài Loan, Hàn Quốc...

Không như phần lớn những cô gái khác rất ít học, Marilyn đã học xong cấp ba và mơ ước vào trường Sân khấu Điện ảnh. Thế nhưng những bí bách của cuộc sống gia đình nghèo khổ đã đẩy nàng vào những tính toán giản đơn và bước hụt vào nhịp sống quay cuồng của rượu, gái, đàn ông và những tờ giấy bạc.

Cho đến bây giờ, dù đã an tâm trong căn nhà vững vàng của họ, nỗi đau đớn về cái lần đầu tiên phải lên giường với một lão già Tàu vẫn cứ ám ảnh nàng. Biết Marilyn là gái trinh, lão ta bỏ ra gần 20 triệu để mua và trong suốt ba ngày nhốt nàng trong khách sạn, lão ta đã áp dụng mọi biện pháp từ đông tây kim cổ để thỏa mãn thú tính của mình bắt đầu bằng một màn hãm hiếp, cấu xé hung tợn đến nỗi sự ám ảnh tởm lợm vẫn theo đuổi cô cho đến bây giờ. Nhất là ánh mắt ti hí, dâm đãng, đục ngầu đặc trưng người Hoa của lão.

Sau những đêm kinh hoàng ấy, đời Marilyn rẽ sang hướng khác. Nàng không còn muốn lấy chồng ngoại nữa mà theo một "chị gái" làm tiếp viên quán bar. Và cũng từ ngày ấy, một mối thù hận âm ỉ dần lớn trong lòng nàng đối với những người đàn ông Trung Hoa và nếu có cơ hội là nàng tìm cách để trả thù nhưng thật ra nàng chưa bao giờ có cơ hội bởi thường những khách Tàu đến quán khá kỹ tính và keo kiệt. Cho đến khi nàng gặp Thân...

Thông báo bão khẩn cấp! Theo tin từ Đài khí tượng thủy văn, bão Magic sau khi tiếp cận bờ biển đã bất ngờ ngoặc ra. Hiện sức gió đã đạt cấp 12, giật cấp 13. 14. Dự báo trong 2 giờ nữa, bão sẽ quay lại và đổ bộ trực tiếp vào trung tâm thành phố...

Marilyn bật âm thanh hết cỡ vì ngoài trời càng lúc mưa càng lớn. Trong đời của họ, chưa bao giờ chứng kiến một lượng mưa khủng khiếp như vậy. Thân nhổm dậy, đi tìm thuốc lá. Bỗng nhiên có tiếng đập cửa ầm ầm. Lúc đầu Thân tưởng là tiếng mưa nhưng sau đó tiếng đập cửa ngày càng lớn. Marilyn cũng đã nghe thấy, nàng nhìn Thân dò hỏi. Cửa nhà họ được trang bị bằng kính cường lực nên chắc chắn ai đó bên ngoài phải dùng sức rất mạnh. Nhưng là ai? Vì sao phải đến tìm họ trong cơn mưa bão điên cuồng này?

- Anh, mở cửa không, em sợ?!

- Không được, lỡ người xấu thì sao?

Nỗi sợ của họ là có căn cứ vì sau khi xây căn nhà này, chắc chắn tiếng đồn lan rộng rằng vợ chồng họ cực kỳ giàu có, chàng lại là một Việt kiều Mỹ. Và biết đâu lợi dụng đêm tối mưa gió này, bọn cướp tìm đến thì sao?

Bỗng nhiên gió ngừng thổi, mưa có phần ngớt hạt. Và ngay lúc đó kèm với tiếng đập cửa là tiếng quát: "Công an khu vực đây. Mở cửa, kiểm tra hộ khẩu!"

Trời ơi, sao họ lại kiểm tra vào lúc cái thời tiết quái quỉ này hả trời! Tiếng của Marilyn rền rĩ dù nàng biết ở trên đất nước này, khi công an được xem là thanh kiếm bảo vệ chế độ thì họ có quyền hành xử bất cứ như thế nào, ở đâu và lúc nào.

Giờ thì chính Thân là người đưa mắt dò hỏi nàng. Khuôn mặt Marilyn thoáng nét sợ hãi nhưng nàng khẽ gật đầu. Trong hoàn cảnh đó, cả hai đều biết không thể còn con đường nào khác.

Thân khoác thêm một chiếc áo, bước dần về phía cánh cửa trong lúc Marilyn cũng đã mặc áo khoác dài vào người. Chàng cẩn thận xoay tay nắm, mở chốt. Cửa bật ra vì có lực xô từ bên ngoài. Một đám chừng năm, sáu người lố nhố xô vào kèm theo nước mưa và gió mạnh. Tất cả đều là đàn ông. Tất cả đều khoác áo mưa màu tối. Không ai mặc sắc phục.

- Chúng tôi cần kiểm tra hộ khẩu! Một người lên tiếng.

- Các anh là ai? Tôi cần biết! Thân hỏi ngược lại.

- Anh không cần biết, anh chỉ việc chấp hành!

Marilyn đã bước tới. Nàng nhỏ nhẹ:

- Thưa các anh, tụi em mới về đây. Chưa có hộ khẩu. Chỉ có giấy tạm trú!

- Cái gì cũng được, đưa ra đây!

- Dạ, mời các anh ngồi!

Nhưng họ vẫn đứng. Marilyn vội vàng chạy vào trong, lấy cuốn sổ tạm trú mà họ được cấp sau khi tốn năm trăm ngàn và đưa cho người đàn ông duy nhất lên tiếng từ đầu đến giờ. Anh ta liếc sơ, trả lại rồi quay qua Thân:

- Anh là Việt kiều Mỹ?

- Dạ!

- Tôi cần xem hộ chiếu!

Thân định cư lại nhưng gặp ánh mắt của Marilyn chàng hiểu ngay không còn cách nào khác, chàng nói:

- Dạ các anh đợi chút.

Thân bước vào phòng trong, lấy hộ chiếu, nhét tờ 100 đô la vào và bước ra. Cầm tấm hộ chiếu, người đàn ông lúc nãy phớt lờ tờ tiền mệnh giá lớn đó mà chỉ săm soi nhìn tấm ảnh và lại nhìn Thân.

- Anh là Lê Hoàng Thân!
- Dạ!
- Anh ở đây bao lâu rồi?
- Dạ, khoảng 5 tháng, từ tháng 6.
- Anh có nhớ tháng 12 năm ngoái làm gì không?
- Dạ...
- Thôi được! Trả lại anh!

Người đàn ông đó đưa trả Thân cuốn hộ chiếu. Tờ giấy 100$ vẫn còn. Họ rút lui! Ngay lúc đó mưa ầm ầm kéo đến và gió đập mạnh vào cánh cửa làm tất cả vật dụng nhẹ trong nhà đều bay loạn xạ.

Hú vía! Marilyn đưa cả hai bàn tay vuốt ngực. Thân dùng hết sức đóng cửa lại. Hai người im lặng quay về chiếc giường mênh mông của mình. Khi nép vào lòng Thân, tự dưng Marilyn thấy cái giường rộng quá. Thấy những mơ ước ngày nào bỗng phù du thật sự trước một linh cảm tàn nhẫn. Nàng nói nhỏ: "Em sợ quá!" Thân choàng tay ôm nàng. Anh cũng mơ hồ thấy một điều gì đó bất trắc đang đến. "Anh có nhớ tháng 12 năm ngoái anh làm gì không?." Câu hỏi đó như một âm thanh đồng vọng trong lòng họ.

Tháng 12?

Đó là những ngày họ đang bắt đầu mê nhau. Sức cuốn hút vì sự tương hợp tình dục đã làm tình yêu thăng hoa. Thân và cả Marilyn như chưa bao giờ thấy người mình yêu đẹp và hấp dẫn như vậy. Những khách sạn trở thành quen thuộc và những đắm đuối chìm vào nhau liên tục cũng không làm cho cả hai mệt mỏi.

Với Thân, Marilyn có thể buông thả hoàn toàn bản thân và đạt đến đỉnh cao nhiều lần trong một cuộc vui. Sau những lần như vậy, họ thường dẫn nhau đi ăn ở những quán vỉa hè. Thân không thể đi xe gắn máy, còn Marilyn chạy xe máy hơi yếu nên chàng không đồng ý để nàng chở, và họ thường chọn những chiếc xích lô, Marilyn ngồi trong lòng Thân và cùng nhau lang thang đây đó. Thân cũng không cao lớn lắm, Marilyn cũng thanh mảnh, nên hai người trên một chiếc xích lô cũng nặng bằng một bà đầm đi du lịch mà thôi!

Buổi sáng đó họ hẹn nhau đi ăn và sau đó nhờ bác xích lô chở xuôi ra ngoại ô nơi có những quán cà phê cạnh bờ sông rất nên thơ và mát mẻ. Vừa tới một ngã tư thì cả Thân và Marilyn, có lẽ cả người đạp xích lô đều tròn mắt ngạc nhiên khi thấy một đám đông, phần lớn là sinh viên đang tụ tập nhau bên một lề đường hô vang khẩu hiệu "Đả đảo Trung quốc, Hoàng sa, Trường Sa là của Việt Nam." Ngay lúc đó Thân nghe ai gọi tên mình. Nhìn vào đám đông chàng còn ngạc nhiên hơn nữa khi thấy đó là Tùng, bạn thân. Thân bảo Marilyn:

- Vụ gì vui quá đây! Mình xuống tham gia đi em.

Marilyn nhanh chóng hưởng ứng. Họ bảo bác xích lô tấp xe vô lề và trả tiền. Người xích lô già ái ngại: "Hình như là biểu tình. Cô cậu tham gia coi chừng rắc rối nghen!" Thế nhưng ngay lúc đó Tùng đã chạy tới, một tay nắm tay Thân, tay kia nắm tay Marilyn:

- Vô đây, vô đây! Vui lắm, vui lắm!

- Chống Tàu hả? Thân hỏi.

- Ừ, chống Tàu!

- Ba tao ghét bọn Tàu. Tao cũng ghét bọn Tàu!

- Em cũng vậy!

Vậy là họ nhanh chóng đứng vào hàng ngũ những người biểu tình tự phát đó. Một lá cờ Trung Quốc được đem ra, trải trên nền đất và ngay lập tức nhiều người nhảy vào, giày xéo lên một cách thỏa mãn. Rất nhiều công an mặc sắc phục và công an chìm mặc thường phục đứng xung quanh họ nhưng đông nhất vẫn là những người tuổi trẻ và một số là trung niên. Đứng ở hàng đầu có một người thanh niên mặc áo đỏ, tay cầm loa. Bên cạnh anh ta là một phụ nữ khá xinh đẹp với trang phục sang trọng. Tùng nói như hét vào tai Thân:

- Những người đứng đầu đó, họ là những văn nghệ sĩ dũng cảm và yêu nước. Đả đảo Trung Quốc xâm lược.

*

Điện tắt phụp. Căn nhà chìm trong bóng tối. Thân bật hộp quẹt cho Marilyn đốt mấy ngọn nến mà nàng đã chuẩn bị sẵn. Chiếc kim giờ trên đồng hồ đã vượt qua con số 2. Thế nhưng cả hai vẫn có cảm giác cơn bão không đi qua mà đang quần đảo trên ngôi nhà của họ. Thật ra gió đã giảm, nhưng mưa càng lúc càng lớn.

- Để anh đi chạy máy đèn. Thân nói.

- Có cần thiết không anh? Hay mình ngủ đi.

Giọng Marilyn đượm vẻ lo lắng. Thân nghe một nỗi bất an dần thấm vào mình.

- Mưa lớn quá! Nước bắt đầu tràn vào đó em. Anh nghe tiếng sóng vỗ. Ừ, thôi mình ngủ đi.

- Phải họ nói về ngày mình tham gia biểu tình không anh?

- Anh nghĩ chắc là vậy. Chỉ không hiểu sao lại đến hỏi ngay trong thời tiết bão lụt này?

- Chúng ta đã làm gì sai sao? Em cảm thấy rất sợ!

Thân vòng tay ôm vợ. Giờ thì họ biết sẽ không ai có thể ngủ được. Cái ngày hôm đó khi cả hai hòa vào trong đám đông biểu tình chỉ vì một cơn hứng khởi đột xuất chắc không ai nghĩ sẽ có đêm hôm nay...Và dù căn nhà họ được xây trên một nền móng khá cao nên chắc không phải lo lắng nhưng một linh cảm xấu cứ đeo đuổi họ.

Thật ra ngày hôm đó cuộc biểu tình tự phát cũng chỉ kéo dài tới trưa. La hét đả đảo một hồi thì công an vây kín bốn ngã đường, các loại xe không thể lưu thông vào khu vực sứ quán Trung Quốc. Họ cũng thấy mệt và chán và rồi họ chia tay mấy người bạn, đi bộ ra khỏi các hàng rào cảnh sát và kêu một chiếc xích lô tiếp tục cuộc hành trình lãng mạn không cần biết đám đông tiếp tục ra sao...

Marilyn bật đài FM từ điện thoại di động của nàng để dò tìm bản tin. Cả hai lặng người nghe thông báo "tình trạng thảm họa khẩn cấp" vì dù bão vừa tan nhưng mưa lại đang ào ạt đến và đã làm ngập 2/3 thành phố. Cũng theo thông báo này thì chính quyền buộc phải cắt điện để không gây nguy hiểm. Tất cả các ngã đường vào thành phố đều ngập sâu, giao thông hoàn toàn tê liệt, sân bay đóng cửa vì nước đang tiến vào nhà ga chính. Rất nhiều căn nhà đã sụp và số thương vong chưa thống kê nhưng chắc không phải ít.

Đồng hồ trên điện thoại cho biết đã gần 5 giờ sáng. Bên ngoài trời đã hé những ánh sang mỏng manh và cơn mưa lớn đã dần ngớt.

- Để anh ra ngoài coi thử chuyện gì đã xảy ra. Thân nói.

- Em đi với anh! Marilyn thầm thì.

Chàng không phản đối và họ cùng ngồi dậy, xuống giường, nắm tay nhau bước về phía cửa.

Khi Thân mở cửa ra, cả hai nhìn thấy nước đã tràn lên hàng hiên. Bên ngoài trời chỉ mới sáng lờ mờ. Mưa đã ngớt và ngoài tếng sóng thì không gian hoàn toàn yên tĩnh. Thân nhìn ra xa, chỉ thấy một màu nước đùng đục trắng. Các căn nhà ở gần nhà họ nhất cũng đều ngập sâu. Hình như tất cả đã đi sơ tán, trừ gia đình chàng.

Bỗng nhiên có tiếng động cơ nổ rầm rì rồi những vệt sáng đàn pin lóe lên từ phía trước đó là con đường, giờ đã ngập không còn dấu vết. Một chiếc ghe cỡ trung bình hiện dần ra trước mắt họ. Trên ghe lố nhố một đám người và khi chiếc ghe đi dần vào tầm mắt hai vợ chồng Thân nhìn thấy những người trên ghe đang quăng xuống nước những vật gì đó khá nặng trong khi ghe vẫn chạy chầm chậm về phía căn nhà của họ. Bất giác Thân tái mặt. Chàng vừa nhìn thấy họ quăng những xác người xuống nước. Chàng vội nắm chặt tay vợ, lôi vào nhà. Marilyn cũng đã nhìn thấy cảnh tượng kinh hoàng ấy, nàng run lập cập:

- Thật khủng khiếp! Em chưa bao giờ chứng kiến một điều gì như đêm nay! Đóng cửa lại đi anh!
- Anh cảm thấy bất an sao đó. Hay chúng ta rời khỏi đây?
- Rời khỏi đây? Bằng cách nào hả anh? Giọng Marilyn run rẩy.
- Anh chưa biết, nhưng chúng ta phải trốn!

Thế nhưng ngay lúc đó tiếng ghe máy đã ầm ĩ vang lên trước nhà rồi có tiếng va chạm. Là dân miền sông nước từ nhỏ nên Thân hiểu đó là tiếng mũi ghe đụng vào hàng hiên nhà mình. Chàng rùng mình, nắm chặt tay vợ.

Nhiều bước chân người nhảy lên nghe khá nặng nề và sau đó là tiếng đập cửa rồi một giọng trầm quen thuộc vang lên:

- Hai người ra khỏi nhà. Lập tức nghe lệnh tôi!

Đó là tiếng người đàn ông, có vẻ là chỉ huy khi kiểm tra hộ khẩu buổi tối.

- Giờ làm sao hả anh? Giọng Marilyn rền rĩ.

Thân cảm thấy không khí như đặc quánh quanh mình. Chàng nhìn về phía sau nhà nơi bóng tối vẫn còn ngự trị. Chàng hiểu họ không còn lối thoát và giờ chỉ là chờ sự may rủi của số phận.

Ngay lúc đó cánh cửa bật mở. Có lẽ vì mất bình tĩnh Thân đã cài chốt bên trong không chặt. Năm sáu bóng đen lố nhố xô vào và nhiều ánh đèn pin rọi thẳng vào mặt họ. Cũng là cái giọng nói quen:

- Mời hai người xuống ghe!

- Bắt chúng tôi? Vì lý do gì? Gần như cả hai vợ chồng đều kêu lên như vậy.

- Lý do gì thì các người sẽ biết! Đi thôi!

Sau câu nói ấy ngay lập tức cả hai đã bị khống chế. Thân muốn chống cự nhưng chàng cảm thấy một nòng súng lạnh lẽo kề sát bên sườn. Chàng bất lực nhìn vợ một cách tuyệt vọng. Đôi mắt Marilyn cũng đỏ hoe.

Cả hai bị xô đẩy thô bạo hướng về phía chiếc ghe nhưng Thân sựng lại. Chàng vừa nhìn thấy trong lòng ghe còn có mấy xác người. Thân nhào đến bên vợ, nắm chặt tay nàng, hướng mắt về phía kẻ mà chàng cho là chỉ huy, hỏi:

- Các ông đã giết tất cả những người đó? Vì sao?

- Ai nói chúng tôi giết? Chính cơn bão này giết họ. Ừ, phần lớn họ đã chết. Hai người đây chắc là những người cuối cùng! Không muốn xuống ghe chứ gì? Vậy chúng tôi sẽ thi hành ngay tại đây!

Cả đám thanh niên mặc áo xanh nhào đến dùng dùi cui đánh tới tấp vào Thân và Marilyn. Cả hai gần như nhanh chóng bị tách rời nhau. Ý thức về một tai họa đang giáng xuống nàng gào thét điên dại, cố vùng vẫy, chống cự nhưng không thể làm gì được với lũ đầu gấu hung tợn.

Theo lệnh người đàn ông chỉ huy, ba thằng lôi Marilyn khỏi thềm nhà ra đám ruộng giờ đã là biển nước sâu. Chúng dìm đầu nàng xuống mặc cho cơ thể mảnh dẻ đó giãy giụa một cách tuyệt vọng và chỉ sau mấy phút chỉ còn những cơn co giật mong manh.

Trong gọng kềm của hai tay đàn ông lực lưỡng, nước mắt Thân trào ra nhìn cảnh vợ mình bị giết một cách phi lý. Bằng một sức mạnh khó tin trong cơn tuyệt vọng, Thân bất ngờ vùng ra và nhảy xuống nước, vừa gào vừa bơi đến bên xác vợ. Chàng lao tới một tên áo xanh và trước sự bất ngờ của hắn hai bàn tay Thân chộp trúng ngay yết hầu tên này và ra sức bóp mạnh. Bị tấn công bất ngờ tay thanh niên này ngã nhào xuống nước, Thân vẫn lao theo, quyết không buông tay. Những người đàn ông gần đó nhanh chóng lôi Thân lên, bẻ ngoặt tay chàng. Một tên móc súng ra kề ngay thái dương Thân.

Người đàn ông chỉ huy la lên:

- Không được bắn! Hãy cho tụi nó chết như là những nạn nhân của bão lụt!

Một chiếc dùi cui vung lên nhắm thẳng vào mặt Thân, thêm một đòn kết liễu lạnh lùng sau gáy. Chàng chìm sâu xuống biển nước cách xác Marilyn chừng hai mét.

Vậy là họ đã chết khi vừa kịp hiểu vì sao, bên ngoài căn nhà xây dựng như lăng mộ của chính mình!

TRƯỚC HOÀNG HÔN

Năm giờ sáng. Chiếc xe "open tour" dừng ở trước văn phòng hãng. Nguyên cầm cái túi nhỏ theo hành khách xuống xe. Việc trước tiên của anh là tìm một cái quán cà phê cóc kiếm ly đen và hút một điếu thuốc lá. Ngày bắt đầu rạng. So với ba năm trước đây, khi Nguyên và gia đình từng đến trong một mùa hè, con đường dọc bờ biển đã thay đổi nhanh chóng. Phía bên kia đường, ngày xưa là chân đồi với nhiều cây dại nay đã thành những dãy ki ốt bán hàng lưu niệm san sát nhau, tất cả đều đóng kín cửa, những chiếc cửa sắt xấu xí, thô lỗ...

Hút hết vài điếu thuốc, thấp thoáng phía biển đã ửng hồng. Nguyên trả tiền, đi bộ dọc theo con đường, tiến về phía rặng dừa phía trước, nơi có một khách sạn quen mà anh từng lưu trú.

Phía bãi biển, dày đặc những nhà nghỉ, khách sạn và những resort sang trọng. Mười phút sau Nguyên đã vượt qua khu vực có những cây dừa cao nhưng anh vẫn chưa tìm ra cái tên cần tìm.

Đi thêm chừng vài trăm mét, Nguyên biết chắc mình đã vượt qua, anh quay lại, bắt đầu chú ý thật kỹ từng địa chỉ một và khi nhìn thấy tảng đá lớn nằm khuất vào bên trong sân, có khắc chữ "Suntan Hotel" thì anh biết mình đã tìm đúng địa chỉ. Nhưng cái bảng hiệu đâu rồi? Nguyên nhìn lên, thì ra bảng hiệu đã thay đổi nên trí nhớ anh bị đánh lừa và đi lướt qua. Giờ nó đã mang tên khác: "Before sunset Hotel"! Nguyên bước vào sân khách sạn. Mặc kệ, dù "rám nắng" hay "trước hoàng hôn" cũng là nó. Vô kiếm phòng cái đã!

Còn khá sớm, tiền sảnh vắng ngắt. Nguyên hắng giọng. Một cô gái, chắc là nhân viên tiếp tân ló đầu ra nhìn, bước ra ngoài, gật đầu chào, hỏi anh: "Anh lấy phòng? Cho em hỏi anh có đặt trước không ạ?." Nguyên: "Không, khách sạn này anh quen mà, chị Linh có ở đây không em?." Cô gái: "Chị Linh đang ngủ. Vậy anh tìm chị Linh hay anh thuê phòng?." Nguyên: "Anh thuê phòng. Gặp chị Linh sau cũng được. Cho anh cái phòng phía sau nghen."

Cô gái ngồi vào bàn, Nguyên đưa giấy tờ ra làm thủ tục, rồi nhận chìa khóa, bước theo hành lang, ra phía sau, mở cửa phòng. Sau những xung đột, suy tư, giờ Nguyên chỉ muốn ngủ. Anh vất cái túi nhỏ trên cái bàn thấp, cởi bỏ y phục và nằm ra giường, nhanh chóng chìm vào giấc ngủ...

Khi Nguyên thức dậy, có vẻ đã về chiều. Anh nhìn đồng hồ treo tường, hơi ngạc nhiên khi mình đã ngủ một giấc khá dài. Sau khi tắm, Nguyên mở cửa ra ngoài. Khách sạn dù nhỏ nhưng vẫn có một không gian thoáng với vườn dừa cao và bãi biển phía sau nhưng chắc không có mấy khách lưu trú vì không khí vắng vẻ. Khi anh ra cái quầy bar nhỏ, ở đó chỉ có bốn người khách, hai khách nam tây ngồi chung bàn và hai người già châu Á ngồi sát quầy, hình như vợ chồng về hưu đi du lịch. Nguyên gọi cà phê, một đĩa mì, vừa ăn uống vừa nhìn ra biển. Nắng vẫn còn chấp chới trên những đầu sóng, thủy triều đang dâng, thấp thoáng những người tắm biển phía xa...

Linh là chủ khách sạn này. Nguyên quen cô qua một người bạn họa sĩ trong lần đưa gia đình đi nghỉ ba năm trước. Linh gốc miền Tây Nam bộ, sống tại Mỹ và đã qua thời xuân sắc. Không biết cô làm gì bên đó nhưng chắc có khá nhiều tiền nên về Việt Nam mua đất làm khách sạn và "sắm" luôn cho mình một chàng trai đẹp, nhỏ hơn Linh chừng hai mươi tuổi, đúng theo "mốt" mấy ông Việt kiều già ham vui. Quả là phong cách sống ở xứ tư bản, bình đẳng giới muôn năm!

Ba năm trước, khi gia đình Nguyên đến trong một dịp đưa hai đứa con đi biển, anh có gặp chàng trai đó. Anh ta cao ráo, rất đẹp trai, từng vào một vài vai diễn trong phim truyền hình. Anh ta kể gặp Linh trong một hội chợ và sau khi quen biết họ yêu nhau. Gia đình Nhân, tên chàng trai, phản đối nhưng anh vẫn đến ở với Linh và hai người sống như vợ chồng tại khách sạn dù họ chưa kết hôn. Nhân có vẻ hiền, lời nói chân thật nhưng khi ấy Nguyên không tin Nhân yêu Linh, người phụ nữ lớn hơn anh hai mươi tuổi, đẫy đà, son phấn lòe loẹt... Nhân cũng từng nói, nếu không chịu nổi áp lực của gia đình và xã hội (Nhân kể ai đến đây thuê phòng mà biết anh là chồng Linh, đều nhìn anh với ánh mắt giễu cợt), anh sẽ ra đi.

Nguyên ra hiệu tính tiền, khi cô phục vụ đến, Nguyên hỏi: "Anh Nhân có ở đây không cháu?." Cô bé phục vụ lắc đầu: "Dạ, cháu không biết ai tên Nhân." "Cháu làm ở đây lâu chưa?" "Dạ, cũng một năm rồi."

Vậy là Nhân đã ra đi, đúng như Nguyên từng dự đoán. Anh lại nhìn ra hướng biển. Ngoài xa, nhiều con thuyền đánh cá nhỏ xíu dập duyền, mất hút trong những cơn sóng, nắng chỉ còn sót lại trên những đọt dừa cao, màu nước biển đang ngã xám. Hai người đàn ông ngoại quốc đang uống bia nhưng họ nói chuyện với nhau rất khẽ, như thì thầm. Một cô gái trẻ từ phía trong đi ra, tay cầm hai cái bịch nylon lớn tiến đến chỗ hai người khách châu Á. Nguyên nghe họ dùng tiếng Anh cám ơn cô và đứng dậy, bước xuống những bậc thềm, ra phía bờ biển. Hai người đàn ông tây cũng đứng lên, đi lướt qua Nguyên. Họ dừng lại bên những chiếc ghế dài màu trắng kê sát nơi tiếp giáp bờ biển, cởi bỏ quần áo, chỉ còn mặc quần nhỏ và nắm tay nhau đi ra bãi cát.

Chỉ còn lại mình Nguyên. Cô phục vụ mang thêm nước cho anh, hỏi: "Chú có tắm không? Cháu kêu lấy khăn cho chú?." Nguyên cám ơn, nói không tắm. Bỗng nhiên cô phục vụ kể: "Hai vợ chồng già hồi nãy đó, là hai người Nhật. Họ ở đây cả tuần rồi. Nhưng cháu không hiểu sao chiều nào họ cũng kêu lấy hai cái bịch nylon và đi dọc theo bờ biển lượm rác, mà rác ở xứ mình, biết chừng nào mới lượm hết." Nguyên cười: "Vậy thì tốt chứ sao cháu." "Nhưng cháu thấy lạ, người ngoại quốc quá khó hiểu, như hai ông họa sĩ kia, bà chủ nói là người Đức, là đàn ông mà họ yêu nhau lắm đó chú!" Nguyên lại cười.

Thì ra là vậy. Với người Việt, có khi không cần hỏi cũng nhanh chóng biết hết thông tin cá nhân những ai xuất hiện trước mắt mình. Nghe nhắc đến bà chủ, anh hỏi: "Bà chủ của cháu thức dậy chưa? Chú có quen cô Linh." Cô phục vụ nhìn anh: "Vậy hả chú, nhưng cô Linh vô trong phố rồi, gần sáng mới về."

Nguyên mua thêm gói thuốc, đứng dậy chào cô phục vụ nhanh miệng và cũng đi về phía bãi biển. Hai người đàn ông đã rời khỏi ghế dài, chắc xuống tắm dưới xa kia. Nguyên ngồi trên bậc tam cấp, nơi tiếp giáp phần sở hữu của khách sạn và bãi biển.

Bỗng anh nhìn thấy người phụ nữ bán hải sản nướng quen thuộc từ ba năm trước đang gánh hàng đi về phía mình. Người phụ nữ cũng đã nhìn thấy anh, chị bước nhanh thoăn thoắt, sau lưng là đứa bé gái gầy gò tay cầm mấy cái ghế thấp bằng nhựa đi theo.

Đặt gánh hàng xuống trước mặt Nguyên, người phụ nữ mời: "Thầy hai, ăn sò điệp nướng không thầy hai?." Nguyên đùa: "Ăn mực trứng nướng hà, chị có không?." Người phụ nữ đen đúa ngước nhìn anh, hơi ngạc nhiên: "Dạ, vậy chắc thầy hai đã đến đây rồi, tại em quên."

Hai mẹ con nhanh chóng đốt lá dừa lượm ở bờ biển, nhóm lò than. Nguyên không còn thấy đói nhưng anh vẫn ăn để vui lòng người phụ nữ anh đã từng gặp trước kia vì biết chị hiền lành, chân chất, đồ ăn lại ngon mà rẻ. Nguyên lại nói: "Lần trước đâu có con bé này. Con gái chị hả?" "Dạ, thầy hai đến đây lâu chưa?" "Ba năm trước!" Người phụ nữ vừa quạt than, vừa nói: "Hèn chi, lâu dữ rồi. Hồi đó nó còn nhỏ xíu, em mới cho nó đi theo chừng năm nay."

Nguyên cũng nói: "Ừ, lâu thiệt. Cái khách sạn cũng đổi tên làm tui kiếm mấy lần mới ra, mà sáng đến giờ chưa thấy bà chủ đâu." Người phụ nữ thấp giọng: "Dà, tội nghiệp cô Linh lắm, cổ đổi tên khách sạn từ năm ngoái, khi cậu Nhân bỏ đi, bây giờ nghe nói tối nào cô Linh cũng đi đánh bài đến khuya, có khi hai ba ngày mới về, người ta còn đồn tùm lum, những chuyện khác..."

Những con mực nhỏ bụng căng tròn trứng bắt đầu nở bung trên than hồng. Nguyên ăn thật chậm, nhỏ nhẹ thưởng thức cái hương vị ngọt bùi của biển. Hoàng hôn đã xuống thật sự, nước biển dần thẫm màu. Từ xa anh nhìn thấy hai vợ chồng già người Nhật xách túi rác đi dọc theo chân sóng, thỉnh thoảng họ cúi người xuống nhặt... Hai người khách Đức cũng đi từ biển lên, vẫn tay nắm tay, mình mẩy đẫm nước...

Ăn xong mấy con mực, Nguyên ra hiệu người phụ nữ đừng nướng nữa, anh nói chiều mai sẽ ăn nhiều hơn, sau đó trả tiền, đi bộ dọc theo bờ biển...

Ra khỏi khu vực bãi biển có nhiều resort là nơi có những nhà trọ bình dân. Ở đây cực kỳ đông đúc, ồn ào. Nguyên cảm thấy vui vui với không khí náo nhiệt. Anh chọn một cái bàn nhỏ, kêu vài chai bia lạnh... Trăng rất sáng, ngoài biển xa sóng gợn như những lớp vảy bạc của bầy cá khổng lồ. Mê mải theo đuổi những ý nghĩ của mình, Nguyên đã đi khá xa chỗ ở và ngồi lại khá lâu, khi anh quay về trời đã khuya. Anh không đeo đồng hồ và có lẽ trăng sáng quá làm quên mất thời gian nhưng cứ dần theo bờ biển mà về, bỏ lại sau lưng sự huyên náo của những hàng quán bình dân.

Qua những bãi biển dài vắng lặng của dãy resort là đến những khách sạn thiết kế như resort mini. Nguyên ngẫm nghĩ về cái cách đổi tên đầy hữu ý của người chủ khách sạn. Before sunset! Trước hoàng hôn ư? Có một cái gì đó tiếc nuối hay một sự chuyển giao? Anh nhớ đến một bộ phim cùng tên đã từng xem. Đó là một phim nặng tính quảng bá du lịch cho Paris nhưng lại khá hay. Hầu như chỉ có hai nhân vật mà nam chính là một tay nhà văn có cuộc sống tưởng chừng bình lặng mà đầy giông bão. Nhưng đó chỉ là thứ giông bão trong một mái nhà, nơi hôn nhân bắt đầu tẻ nhạt tại những đất nước ổn định. Còn anh, còn bạn bè, người thân, xung quanh anh... đời sống lúc nào cũng ngột ngạt như đang đối diện với một cơn giông, người có học thì đang đứng trước những lựa chọn giữa ngã ba, ngã tư đường...

Cái lắc đầu đầy ý nghĩa của cô tiếp tân cho biết chủ khách sạn vẫn chưa quay về. Nguyên về phòng mình, mấy ly bia làm anh mau chóng thiếp đi nhưng giấc ngủ không sâu và choàng tỉnh thấy mình nằm trong bóng tối. Phải mất cả phút sau Nguyên mới hiểu là khu vực này bị cúp điện và do máy lạnh ngừng hoạt động anh bị ngộp nên thức giấc.

Nguyên ngồi dậy, mở cửa phòng. Trăng vẫn còn rất sáng. Có vẻ anh chưa ngủ được bao lâu. Nguyên mặc thêm cái áo và bước ra vườn, đi về phía mấy chiếc ghế dài. Bỗng Nguyên dừng lại, anh vừa nhìn thấy có hai thân thể gần như trần trụi đang nằm áp sát vào nhau trên chiếc ghế đôi. Hình như họ đã lim dim ngủ, cánh tay người này vươn ra làm gối cho người kia. Cả hai đều là phụ nữ mà một trong hai người Nguyên vừa nhận ra là Linh, chủ khách sạn. Nguyên muốn hút một điếu thuốc nhưng anh dừng lại...

Rất ít khi ngủ trên xe đò nhưng không hiểu sao lần này anh cảm thấy ngà ngật và lim dim gần như suốt cả chặng về. Xe đã chạy gần hai giờ. Bất ngờ chiếc xe thắng gấp làm Nguyên choàng tỉnh. Ngồi ở hàng ghế gần phía trước nên Nguyên có thể nhìn qua cửa xe. Trước mắt anh hàng hàng lớp lớp xe đò, xe du lịch đang ùn tắc. Hành khách trên xe cũng ngạc nhiên nhìn ra. Nhiều người phán đoán: "Chắc có tai nạn phía trước!"

Chiếc xe khách dừng hẳn. Mặt trời đỏ ối đang xuống dần chiếu qua kính xe làm chói mắt. Tài xế càu nhàu: "Vụ gì đây, về đến thành phố chắc khuya luôn." Bỗng nhiên từ bên hông xe, từng đoàn người đi về hướng phía trước. Nguyên và nhiều khách ngạc nhiên ló đầu ra nhìn. Những người đi phía dưới phần lớn là phụ nữ và thiếu niên, có một ít thanh niên. Họ ăn mặc tuyềnh toàng, áo quần đầy bụi. Họ có vẻ rất vội tiến về trước. Nguyên chụp cái túi của mình, rời khỏi ghế. Người tài xế liếc qua anh nhưng không nói gì, Nguyên mở cửa, xuống xe.

Nguyên hỏi một thiếu niên có vẻ xăng xái đang đi trong đoàn: "Có chuyện chi phía trước vậy em?." Cậu nhỏ nhìn Nguyên: "Tụi em đi biểu tình, người Tàu khai mỏ ở đây, lấy hết đất của bà con, lại làm hư hết ruộng vườn." Rồi cậu nhỏ nhìn anh: "Anh là nhà báo hả? Ra trước chụp hình viết bài về chuyện này đi." Nguyên cười như mếu: "Không, anh chỉ là khách du lịch, thấy bà con đông nên xuống coi." Cậu nhỏ có vẻ không quan tâm câu trả lời, nói: "Em đi trước đây!", nói xong cậu nhỏ xông lên phía trước, vung tay hô vang: "Trả đất cho bà con, bọn Tàu cút về nước đi!"

Vượt qua những hàng xe đang kẹt, Nguyên nhìn thấy phía trước bà con đang đứng thành hàng, rất đông. Đối diện họ là cảnh sát cơ động với khiên và nón sắt, áo giáp. Bà con xông tới và hàng ngũ cảnh sát lùi dần. Tiếng xúp lê inh ỏi không át được tiếng hét của những người dân mất đất. Nguyên dừng lại, bà con phía sau xô đẩy anh vào đám đông của họ. Bỗng nhiên Nguyên nhớ một câu thơ dịch, đọc từ hồi sinh viên mà giờ anh đã quên mất tác giả: *"Khi nhân dân ngẩng đầu đi đến lao tù, là thời khắc tự do sắp điểm!"*

Bây giờ chỉ mới trước hoàng hôn, nghĩa là hoàng hôn đang đến và cái *đêm trước* đó, chắc chắn không còn xa xôi nữa!

MỤC LỤC

kiều 5

trò chơi 17

một trăm của mỗi người 23

đảo hoa lan 33

đừng rót trà cho em nữa 52

cái quần què 65

rồng lộn 73

những tuyệt tác bị lãng quên 84

con sẻ hót tiếng họa mi 95

làng lạ 109

bọ ngựa 115

bão magic 126

trước hoàng hôn 151

www.ingramcontent.com/pod-product-compliance
Lightning Source LLC
LaVergne TN
LVHW041253080426
835510LV00009B/715